చోడా వారి

చిట్టికథలు

సంపుటి 1

చోడా సాంబశివ రావు

Chittikathalu,
Samputi-1
by
Choda Sambasiva Rao

2-4/1, Satyanarayanapuram, Chaitanyapuri,
Dilsukhnagar, Hyderabad – 500060
Mobile: 9848021382, 9948298213
Email: srchoda1@gmail.com

Cover Page and Inner Pictures
Pavuluri ChidhambareswaraRao

ISBN (Paperback): 978-81-987108-7-1
First Edition
Jun 2025

Print On Demand

Published By: Kasturi Vijayam
Ph:0091-9515054998
Email: Kasturivijayam@gmail.com

Book Available
@
Amazon (WorldWide), flipkart

విషయ సూచిక

డా. పెదపాటి నాగేశ్వరరావు
"మహామహోపాధ్యాయ"
రాష్ట్రపతి సన్మాన విభూషిత

చిట్టికథలకో పొట్టి పీఠిక

నేను చిన్నప్పుడు మా అమ్మను రోజూ కథ చెప్పమని వేధించేవాడిని. మేము నలుగురు స్నేహితులం కలిసి కూర్చున్నప్పుడు కూడా కథలు చెప్పుకొని నవ్వుకోవడం గెంతడంలాంటి పనులు చేసేవాళ్లం. ఇవి నాకేగాదండోయ్ అందరికీ సంబంధించిన విషయాలే. కథ కోసం చెవులు కోసుకుంటారేంరా! అని పెద్దలు హెచ్చరించడం మామూలే. మేము క్లాసులో అల్లరి చేస్తున్నప్పుడు మా పంతులుగారు తెలివిగా ఒరే! పిల్లలూ ఇప్పుడో కథ చెబుతా వినండి అనగానే మేమంతా క్లాసులో గప్ చుప్ గా కూర్చొని వినేవాళ్లం. ఇలా మాకు కథలంటే భలే ఇష్టం లేండీ! మాకేంటి కథలంటే ఇష్టంలేని వాళ్ళు ఉంటారా! అంతా కథల మయమే. ఇప్పుడు వృద్ధాప్యం వచ్చింది ఇప్పుడు జీవితం అంతా కథే, అని తెలుస్తుంది గదా! మన పెద్దలు చెప్పిన రామాయణ, భారత భాగవతాలన్నీ కథలే గదా! ముందు కథగా విని దానిలో ఉన్న అంతరార్థాన్ని - తెలుసుకోవాలి. మనకు మన పెద్దలు చెప్పినట్లే పూర్వం ఋషులకు సూతుడనే మహర్షి చెప్పిన కథలే మన

పురాణాలన్నీ ఐతే ఆ కథల మధ్య ధర్మ - అర్ధ - కామ - మోక్షాల గురించిన బోధనలుండేవి. ఆ కథలు మన ధర్మం- సంస్కృతిని తెలిపే సాధనాలుగా నిలిచినాయి.

శ్రీ చోడా సాంబశివ రావు గారు పెద్ద విజ్ఞానవేత్త .అంతేగాదు వైజ్ఞానిక యుగానికి తగిన ఒక మహాసంస్థను నడుపుతూ దేశవిదేశ విద్యార్థులకూ, విజ్ఞానులకు పాఠాలు చెబుతున్న ఓ విశిష్ట వ్యక్తి. ఇప్పుడా విశిష్ట వ్యక్తి చిన్న పిల్లలకు కూడా అర్థమయ్యే భాషలో కథలు ఏర్చికూర్చి మన సంస్కృతి - భారత జీవన విధానం వెనుక ఉన్న విశేషాల్ని చిన్నారులకు తెలియజెప్పాలన్న సదుద్దేశంతో కథలను చోడ రాజ్యాన్ని, బాపట్ల భాగ్యాన్ని మన ముందుకు తెచ్చారు. ఆసక్తికరమైన రీతిలో వ్యక్తుల పేర్లూ, రాజ్యాల పేర్లతో మనముందుంచారు. కథలేగదా! ఎన్ని ఊహలైనా పొదగవచ్చు - ఒక నూతన ప్రపంచాన్నీ- అంతేగాదు వేద శాస్త్రాల్లో నిగూఢమై ఉన్న విషయాలు కథలో పొదిగి మనకు అందించారు. దీన్ని మన పిల్లలకి వినిపించి, మననం చేయించి కొత్తలోకంలో పరబ్రహ్మ పరమాత్మ ప్రకాశాన్ని చూపించిన శ్రీ రావు గారి కృషిని అందరికీ తెలిసేలా చేయడం మనందరి వంతు! ఇలాంటి సత్కార్యం చేసిన శ్రీ రావు గారి ప్రయత్నాన్ని అభినందిస్తూ ... పాఠకులకు ఆహ్వానం పలుకుతూ ...

పెదపాటి నాగేశ్వరరావు

ఆస్థానకవి

శ్రీ పోతులూరి వీరబ్రహ్మేంద్రస్వామిమఠం

కందిమల్లాయపల్లె

విశ్వబ్రాహ్మణ జ్ఞానపీఠం, హైదరాబాద్.

తేది: 24.12.23

డాక్టర్ టి. గౌరీశంకర్

మన జాతి నీతి కథలు

"చిట్టి కథలు" పేరుకే చిట్టి కథలు, అయినా చాలా గట్టి కథలు. నిడివిలో పొట్టిగా అనిపించినా వడగట్టి, జల్లెడబట్టి చూసినట్లయితే ప్రతి కథ ఒక ఆణిముత్యం, జీవిత సత్యం! ఇందులో మొత్తం ముప్పయి అయిదు కథలున్నాయి. ఇవన్నీ పౌరాణిక, జానపద, గ్రామీణ కథలలా అనిపిస్తాయి. శిల్పులు, స్వర్ణకార వృత్తి చేసుకొనే పంచాదాయిల సమయస్ఫూర్తి, ఋజువర్తన, సత్య సంధత, మేధాసంపత్తి, ఆలోచనా శక్తి, దూరదృష్టి మొదలైన లక్షణాలన్నీ ఈ కథలలో అన్యాపదేశంగా స్పష్టం చేయబడ్డాయి. అర్చకత్వం, పౌరోహిత్యం వీరి కులవృత్తిగా, రాజుల వద్ద వీరు మంత్రాంగం నెరిపినట్లుగా, గురువులుగా, రాజ గురువులుగా అత్యున్నత స్థానంలో ఉన్నట్లుగా ఈ కథలలో చెప్పబడింది.. అంతేకాదు, ఆ విశ్వకర్మ భగవానుడు సృష్టికర్త అని త్రిమూర్తులకు సైతం లేని దివ్యశక్తులు కలిగి ఉన్నవాడనీ ఈ కథల ద్వారా నిరూపింపబడింది.. దీనిలోని ప్రతి కథ ఒక నీతిని ప్రబోధిస్తుంది. మనిషికి కొత్త స్ఫూర్తిని అందిస్తుంది.

'కష్ట జీవులు' అనే మొదటి కథలో మనిషి కష్టపడిన సంపాదనతోనే జీవించాలనీ పరుల నుంచి ఏమీ ఆశించకూడదనీ, బయటి ప్రపంచంలోని తాత్కాలిక ఆకర్షణలకు లోనై, జీవితాన్ని నాశనం చేసుకోకూడదన్న అంశం ఉన్నప్పుడే మనిషి ఆరోగ్యంగా, అందంగా, ఆనందంగా ఉండగలడన్న నగ్న సత్యాన్ని తెలియచెప్పింది. తండ్రి నేర్పిన

శిల్పకళలో నిష్ణాతులైన ముగ్గురు ఆడపిల్లలు తండ్రి తదనంతరం క్లిష్ట పరిస్థితులు ఎదురైనప్పుడు ఈ విద్యయే వారికి జీవనోపాధిగా మారిందన్న విషయం ఈ కథలో ఉంది. రెండో కథ 'నాణాలు'లో మనిషి తన జీవితంలో బంగారంలాంటి అవకాశం కోసం ఎదురు చూడడం కాదు, వచ్చిన అవకాశాన్ని బంగారంలా మార్చుకోవడమే విజ్ఞత అన్న సూత్రం ఇమిడి ఉంది. మూడో కథ 'ఆలోచన'లో పోతన భాగవతంలోని గజేంద్ర మోక్షం అన్న ఘట్టాన్ని ఆధారం చేసుకొని భద్రదత్తుడు అనే శిష్యుని సమయస్ఫూర్తిని, తెలివితేటల్ని, లౌక్యాన్ని ఈ కథలో చిత్రించడమయింది.

ఈ కథలలో భాషాశైలి సరళ సుందరంగా, సులభగ్రాహ్యంగా ఉంది. ఈ కథలు మనిషిలో మంచిని పెంపొందింపజేసేవి. సమాజంలో నీతిగా జీవించడానికి ఉపయోగపడేవి.

ఇంత మంచి చిట్టి కథలను మనకు అందించిన బ్రహ్మశ్రీ చోడా సాంబశివ రావు గారిని మనసారా అభినందిస్తున్నాను. ఆయన నాకు ఒక పారిశ్రామికవేత్తగా, ఉన్నత విద్యావంతునిగా మాత్రమే తెలుసు. ఎందరో ఆపన్నులకు అభయ హస్తం అందించి, ఆర్థికంగా ఆదుకొనే దయార్ద్ర హృదయులు. వీటన్నింటినీ మించి సాంబశివరావు గారికి విశ్వకర్మ భగవానుడన్నా, శ్రీశ్రీశ్రీ పోతులూరి వీరబ్రహ్మేంద్రస్వామి వారన్నా విపరీతమైన భక్తి ప్రపత్తులు. సదాచార సంపన్నమైన మన జాతి సనాతన ధర్మాన్ని పాటిస్తూ, ఇతరులకు మార్గదర్శనం చేయాలని ఆశిస్తూ ఉంటారు. విశ్వకర్మ సాహిత్యాన్ని, వీరబ్రహ్మేంద్రస్వాముల వారి దివ్య చరిత్రను వెలుగులోకి తీసుకొని రావడానికి తనవంతు సహాయం చేస్తూ ఉంటారు. అటువంటి సాంబశివరావు గారు ఈ రోజు ఈ ''చిట్టి కథలు'' రచయితగా మనకు పరిచయం కావడం ఆనందించదగ్గ విషయం. వారికి నా శుభాకాంక్షలు.

డాక్టర్ టి. గౌరీశంకర్
పూర్వ రిజిస్ట్రార్,
పొట్టి శ్రీరాములు తెలుగు విశ్వవిద్యాలయం,

నూతలపాటి వేంకటరత్న శర్మ

కథా మంజూష

"చిట్టి కథలు" పేరుతో సుమారు ముప్పదిఐదు కథలను సంకలనం చేసి ఈ చిన్న పొత్తాన్ని మన ముందుకు తెచ్చిన వారు శ్రీ చోడా సాంబశివరావు గారు సుప్రసిద్ధ పారిశ్రామికవేత్త. అనేక పుస్తకాలకు ఆర్థిక సహాయమందించిన పోషకులు, ఉదారులు. ఈ చిట్టికథలను వ్రాసి ప్రచురించి మనకందించటం నిజంగా ఆనందించదగిన విషయం.

కథలు మానవ జీవితంలో ప్రధాన భూమికను పోషిస్తాయి. చిన్న పిల్లలకు తాతయ్య చెప్పే కథల దగ్గర నుండి చందమామ, బాలమిత్ర లాంటి చిన్న పిల్లల పత్రికలు అందించే కథల వరకు, పరిశీలిస్తే ఎన్ని నీతి కథలు ఎన్ని జీవిత సత్యాలు మనకు వారసత్వంగా అందించారో అర్థమవుతుంది. నిజం చెప్పాలంటే చిన్న పిల్లల కథలేకాదు పెద్దలకు సహితం పనికివచ్చే అనేక కథలు సాంఘిక కథలు నేడు పుంఖాను పుంఖాలుగా వెలువడుతూనే ఉన్నాయి. అందుకే కథ మన జీవితంతో విడదీయరాని సంబంధం కలిగి ఉంది.

కాశీమజలీ కథలు, అమరావతి కథలు వంటివి చదువరులను ఎంతో ఉత్తేజపరుస్తాయి. సమాజంలోని ఒడిదుడుకులను మానవాళికి పరిచయం చేస్తాయి. ఉపనిషత్ కథలు అనేకం పుస్తక రూపంలో ప్రచురింప బడ్డాయి. అవి కొంత విజ్ఞానదాయకంగాను, పురాణ ఇతిహాసాలను పరిచయం చేసేవిగాను ఉంటాయి.

చందమామ వంటి బాలల పత్రికలు పిల్లల కథలను చాలా ప్రచురించాయి. అవన్నీ నీతి కథలుగా ఉండి విద్యార్థులకు మంచి విజ్ఞానాన్ని అందిస్తుంటాయి.

ప్రస్తుతం వీరి కథలు కూడా చక్కగా నీతి బోధకంగా ఉన్నాయి. చిన్న కథలు కాబట్టి చదవటానికి తేలికవుతుంది. నిజం చెప్పాలంటే నేటి సమాజానికి ఏ భాష అవసరమో ఏ మోతాదు అవసరమో అంతలోనే చోడా వారు కుదించి చెప్పగలిగారని నాకనిపించింది.

పెద్ద కావ్యాలు ఎంత వ్యాఖ్యలు వ్రాసి అందించినా ప్రజలకు చేరటం కష్టం. పెద్ద పెద్ద నవలలు చదవడానికి అంత తీరిక, ఓర్పు ఉండటం లేదు నేటి తరానికి. పెరుగుతున్న ఎలక్ట్రానిక్ మీడియా పుణ్యమా అని పుస్తకాన్ని పట్టి పట్టుమని ఒక గంట చదివే పిల్లలు గాని, పెద్దలు కాని పెద్దగా కనబడని పరిస్థితి సమాజంలో నెలకొని ఉంది. అయినప్పటికి ఉత్సాహవంతులు అయిన రచయితలు తమవంతు పాత్రగా వ్రాస్తూనే ఉన్నారు. పాఠకులకు అందిస్తూనే ఉన్నారు. వినియోగించుకోటం విజ్ఞుల పని.

విజ్ఞానాన్ని, వినోదాన్ని అందించే పత్రికలు చాలా వరకు మూగ పోయాయి. అయినా రచయితలే పుస్తకాలు ప్రచురించి అందుబాటులోకి తెస్తున్నారు. ముదావహమైన సంగతి ఇది.

ఇంత చక్కని విజ్ఞాన వినోదదాయక కథలను అందిస్తున్నందుకు శ్రీ చోడా సాంబశివ రావు గారికి అభినందనలు.

ఈ చిన్న కథలు పేజీ, రెండు పేజీలే ఉంటాయి కాబట్టి ఏ సమయంలోనైనా తేలిగ్గా చదువుకోవచ్చు. సమయం ఉంటే ఏకబిగిన చదువుకోవచ్చు లేకపోతే తీరిక దొరికినప్పుడల్లా ఒకటి రెండు కథలు చదువుకోవచ్చు. అంతటి వెసులుబాటు ఉంది. ఆవిధంగా కథలనందించి నందుకు చోడా వారిని మరొకసారి అభినందిస్తూ... ముందు ముందు మరింతగా వారు ఈ రంగంలో కృషిచేయాలని కోరుకుంటూ ముగిస్తున్నాను.

నూతలపాటి వేంకటరత్న శర్మ

భాషా ప్రవీణ, యం.ఏ. (తెలుగు)

విశ్రాంత ప్రధానోపాధ్యాయులు

కృతజ్ఞతలు

ఈ రచనకు సహకరించిన మా కుటుంబ సభ్యులందరికి ముఖ్యంగా మా ఇద్దరు కుమార్తెలు మాధవి, శ్రీవేణి, మా కోడలు శ్రీప్రియ, మా కుమారుడు నాగ శ్రీనివాస్, నా శ్రీమతి చోడా లలిత కుమారి వారందరికి ధన్యవాదములు.

అలాగే మా కార్యాలయ ఉద్యోగులందరికి, ముఖ్యంగా శ్రీరామ్, రాజేష్, విజయలక్ష్మి లకు ధన్యవాదములు.

ఈ పుస్తకములోని సమాచారం తయారు చేయుటకు నేను నిర్వహించిన యాజమాన్య పద్ధతుల శిక్షణ తరగతులలో పాల్గొన్నటువంటి చాలా సంస్థలకు చెందిన లక్షకి పైగా శిక్షణ తీసుకున్న సభ్యులందరికి (విద్యార్థులు, సిఈఓలు, డైరెక్టర్లు, జనరల్ మేనేజర్లు, మేనేజర్లు మొదలగువారు) వారి ద్వారా వచ్చిన సమాచారం, వార్తా పత్రిక, మాస పత్రికలలోని సమాచారం, నా తోటి శిక్షకుల ఆలోచన సమాచారం, ఈ కథలకు మూల వస్తువు. వారందరికి పేరు పేరున మా ధన్యవాదములు.

వివిధ ప్రాంతాలకు ప్రయాణం చేసినప్పుడు తోటి ప్రయాణికులు ఇచ్చిన సమాచారం, సంస్థలలో యాజమాన్య పద్ధతులు ఆడిట్‌కి వెళ్ళినప్పుడు ఆ సంస్థలలో సేకరించిన సమాచారం, ఇవన్నీ కూడా కథా రచనకు ఉపయోగపడినవి. వారందరికి కూడా పేరు పేరున ధన్యవాదములు.

పరోక్షంగా, ప్రత్యక్షంగా సమాచారం ఇచ్చిన మిత్రులకు, బంధువులకు ఈ రచన పూర్తి చేయడంలో సహకరించిన వారందరికి ధన్యవాదములు.

ఈ రచనను పరిశీలించి, వారి అభిప్రాయాన్ని తెలియజేసినందుకు మహామహోపాధ్యాయ డా॥ పెదపాటి నాగేశ్వరరావు (ఆస్థాన కవిపండితులు, బ్రహ్మంగారి మఠం), డా॥ టి. గౌరిశంకర్ (పూర్వ రిజిస్ట్రార్, పొట్టి శ్రీరాములు తెలుగు విశ్వవిద్యాలయం) గారికి మరియు నూతలపాటి వెంకట రత్నశర్మ (విశ్రాంత ప్రధానోపాధ్యాయులు, కవి, విమర్శకులు) గారికి ధన్యవాదములు.

అలాగే పుస్తక ముఖ చిత్రాలు, కథాచిత్రాలు చిత్రీకరించిన పావులూరి చిదంబరేశ్వరరావు గారికి మరియు ప్రింటింగ్ చేసిన కందేపి వీర వెంకట శ్రీనివాసు గారికి చాలా కృతజ్ఞతలు.

ప్రియమైన పాఠకులారా! ఈ పుస్తకాన్ని చదివి, సారాంశాన్ని మీ మిత్రులతో, బంధువులతో చర్చించగలరు. మీ అభిప్రాయాలు, సూచనలు ఈ క్రింది అడ్రస్‌కు పంపగలరు. తప్పులుంటే సవరించుకోగలము.

చోడా సాంబశివరావు

2-4/1, రోడ్ నం.4, సత్యనారాయణపురం,

చైతన్యపురి, దిల్‌సుఖ్‌నగర్, హైదరాబాద్,

తెలంగాణ, ఇండియా ,500060.

చరవాణి: 9848021382, 9948298213

E-mail: srchoda1@gmail.com

పాఠకుల అభిప్రాయములు

ఉమ్మడి కుటుంబాల స్థానంలో వ్యష్టి కుటుంబాలు చోటుచేసుకున్నాయి. నేటి ప్రపంచం లో అమ్మానాన్నలు వృత్తిరీత్యా తీరిక లేని పరిస్థితి. ఈ పరుగుల ప్రపంచంలో పిల్లలతో సమయం గడిపి కథల ద్వారా మానవతా విలువలు, ఆరోగ్య కరమైన జీవనశైలి అలవాటు చేయడం చాలా కష్టతరమైపోయింది. టెక్నాలజీ పిల్లల్ని, పెద్దల్ని సమానంగా కట్టివేసింది, ఇటువంటి సమయంలో శ్రీ చోడా సాంబశివరావు గారు నేటి బాల బాలికల కోసం "చిట్టి కథలు" పేరుతో మన మాతృభాష అయిన తెలుగులో కథల పుస్తకమును అందించడం మంచి ప్రయత్నం.

నీతి కథలు మన నిత్యజీవితంలో సన్మార్గంలో ప్రయాణించడానికి దోహదం చేస్తాయి. అలాగే జీవితంలో ఏ విధంగా మెలగాలి అనే సంస్కారాన్ని, విజ్ఞానాన్ని, క్లిష్ట పరిస్థితులను ఎదుర్కోగల మనోధైర్యాన్ని, ఆత్మ విశ్వాసాన్ని, మంచి ప్రవర్తనను, మంచి చెడుల తారతమ్యాన్ని నేర్పడానికి దోహద పడతాయి. . ఇవి చదవడం వలన మనోల్లాసం, కొత్త విషయాలను తెలుసుకోవాలనే జిజ్ఞాస సమాజానికి ఉపయోగపడే మరెన్నో విషయాలు కళ్ళకు కట్టినట్లుగా మనసులో నాటుకుంటాయి..

ఈ పుస్తకం లో కేవలం నీతికథలే కాక ఇతిహాసాలలోని కొన్ని ముఖ్యమైన కథలను ఘట్టాలను చేర్చి పిల్లల్లో కథలు చదవాలని ఆసక్తి పెరిగేలా పుస్తకాన్ని కూర్చిన రావు గారికి అభినందనలు.

ఈ చిట్టి కథలు చిన్నారులలో ఒంటరితనాన్ని దూరం చేసి పరిపూర్ణమైన మనిషిగా తీర్చిదిద్దుతాయని ఆశిస్తున్నాము. ఈ పుస్తకాలను మా విద్యార్థుల కోసం జాన్సన్ గ్రామర్ పాఠశాల కుంట్లూరు లోని గ్రంథాలయానికి అందించడం అభినందనీయం.

చీఫ్ కోఆర్డినేటర్, జాన్సన్ గ్రామర్ స్కూల్, కుంట్లూరు, హైదరాబాద్

***

ఈ చిట్టి కథల పుస్తకము చదవడం వల్ల మనకు తెలుగు భాష చాలా బాగా వస్తుంది. ఈ పుస్తకము చదివాక ఎన్నో కొత్త పదాలు తెలుసుకోవచ్చు. ఈ పుస్తకములో చాలా నీతి కథలు మరియు దేవుళ్ళ కథలు కూడా ఇవ్వబడ్డాయి. ఉదాహరణకు శ్రీ విరాట్ విశ్వకర్మ భగవానుని నిజ స్వరూపము, మహిమలను గూర్చి చెప్పబడ్డాయి. ఈ పుస్తకమును మా అమ్మ నాన్నలకు చదివి వినిపించడం వలన నాకు తెలుగు చదవడం బాగా వచ్చింది. వారు తమ చిన్న నాటి జ్ఞాపకాలను నెమరువేసుకున్నారు. ఇటువంటి మంచి పుస్తకమును మనకు అందించిన చోడా గారికి ధన్యవాదములు.

అష్మాన్ గుప్త, 7th క్లాస్, సంస్కృతి గ్లోబల్ స్కూల్, విశాఖపట్నం

***

శ్రీ సాంబశివరావు చోడా గారు రచించిన 35 కథల సంపుటి "చిట్టి కథలు". ప్రతి కథ దాని స్వంతమార్గంలో ప్రత్యేకంగా ఉంది మరియు పాఠకులకు విలువైన పాఠాలను బోధించే సాధారణ ఇతివృత్తాన్ని కలిగి ఉన్నాయి.

రచయిత కల్పితం, సాహసం మరియు నైతిక బోధనలు, వైవిధ్య అంశాలతో అల్లిన ఈ కథలు విద్యాపరంగా, వినోదాత్మకంగా మరియు స్ఫూర్తిదాయకంగా ఉన్నాయి. ఉపయోగించిన భాష, ప్రాప్యత ఆకర్షణీయంగా ఉంది. మొదటి పేజీ నుండి చివరి పేజీ వరకు మంచి ఆకర్షణతో ఉన్నాయి. మొత్తం మీద "చిట్టి కథలు" అన్ని వయసుల పాఠకులకు నేను బాగా సిఫార్సు చేసే పుస్తకం.

శ్రీ సాంబశివ రావు చోడా గారికి నా హృదయపూర్వక అభినందనలు.

-Ch. Dakshina Murthy,

An Alumnus of IIM-K, Senior HR, ER/IR Professional

***

గౌరవనీయులైన సాంబశివరావు గారూ... ఈ రోజుల్లో పుస్తక పఠనం చాలా అరుదు మరియు కేవలం విషయం...కానీ మీ పుస్తకం చాలా ప్రభావవంతంగా మరియు యువ తరాన్ని ఆలోచింపజేస్తుంది.... ఇది నిజంగా అద్భుతమైన అనుభవం, ముఖ్యంగా

2, 7 మరియు 15 అధ్యాయాలు...ఈ కథలు చెబుతున్నప్పుడు నాకు కూడా జ్ఞానోదయం కలిగింది... ధన్యవాదములు... ఆధునిక సమాజానికి మీ సేవలు కావాలి... మీరు మరిన్ని మంచి పుస్తకాలు అందించాలని ఆశిస్తూ ...

సుబ్రహ్మణ్యం (లెక్చరర్)...తపస్య సి.ఏ. కళాశాల

***

జనవరి 2024 "చిట్టి కథలు" ముద్రించారు. ఈ చిట్టి కథలు చదవడం వల్ల తెలుగు ఎంతో సులభంగా నేర్చుకోవచ్చు. ఈ కథలు వినడానికి వినసొంపుగా, చదవడానికి తేలికగా ఉన్నాయి. ఈ కథలు సత్యం, ధర్మం, నీతి, నిజాయితీ, ఇతరులతో ఎలా ఉండాలి, ఇతరులను ఎలా గౌరవించాలి, అవకాశాన్ని ఎలా ఉపయోగించు కోవాలి, గురువులపట్ల శిష్యులు ఎలా మెలగాలి అనే విషయాలు ఈ కథలలో తెలిసాయి.

నాకు ఈ కథలన్నిటిలో బాగా నచ్చినది "కృతజ్ఞత". ఎందుకు అంటే మనం ఇతరులకు సహాయం చేస్తే ఎప్పుడూ మంచే జరుగుతుంది అనే నమ్మకం. నేను ఈ చిట్టి కథలను మా స్నేహితులకి చదివి వినిపించాను. వాళ్ళు చాలా బాగున్నాయి అన్నారు. మాకు కూడా ఒక పుస్తకం ఇవ్వమన్నారు.

నేను సెలవులో ఇంట్లో ఉన్నప్పుడు మా అమ్మ నాన్నలకు ఈ చిట్టి కథలు చదివి వినిపించాను. వారు ఆ కథలు విని చాలా ఆనందించారు.

ఈ చిట్టి కథలు అందరూ చదవాలి అని కోరుకుంటూ, ఈ చిట్టి కథలు పుస్తకం అందించిన చోడా గారికి నా కృతజ్ఞతలు తెలుపుతున్నాను.

- కె. అక్షయ, సిద్ధార్థ జూనియర్ కళాశాల.

***

Chitti kathalu is a very engaging and inspiring book. This book reminded me of all the good values and morals that our parents and teachers have taught us. The small stories made me want to read one after another. This book when introduced to children will help them learn good values and morals. The author did an amazing job in creating the stories. I have thoroughly enjoyed it.

Kanthi,
Engineering Student

***

I have gone through CHITTI KATHALU book written by you. The stories are very interesting not only for children but for me also (being elder). The language is simple to understand theme and substance of each story depicts the standard and moral values and highlights ethical behavior of our Indians (Bharateeyulu). I feel privileged to go through short stories and look forward to have volume-II. Hope to have more books from you in future.

Thank you sir.

- Nootaki Ravi,
Retired Bank Officer

***

The Stories in "Chittikathalu Book" are Excellent. Very Useful for both children & Elders. We are planning to gift them to my grand children.

- V. Sridhar Rao, Retd. Dy. Collector

***

Yes sir it's wonderful book For kids

Nagaraju,
Manager,
Pharma organization

***

'చిట్టికథలు' పుస్తకంలోని కథలు చాలా బాగున్నాయి అని, అవి చదివి చాలా కొత్త విషయాలు తెలుసుకున్నాము అని మా పాఠశాల విద్యార్థులు చెప్పారు. పుస్తకాలు కావాలని ఇంకా చాలా మంది అడుగుతున్నారు.

- బ్రహ్మశ్రీ సత్తెనపల్లి ఉమామహేశ్వర ఆచార్య, మహాశ్రీ చక్రపీఠం, ఖమ్మం.

***

Chitti kathalu is a sweet and very good book with a moral in every story. I wish this small book should become a part of school syllabus. It's a wonderful book.

-Laxman Sena Bojja,
9666624431

***

పుస్తక పఠనం.... అంతరించిపోయే ఈ రోజుల్లో....చిట్టి కథలు...అనే కథల సంపుటిని రచించి, ప్రచురించి పిల్లలకు, తల్లిదండ్రులకు ఒక కానుకగా అందించే మీ ప్రయత్నం విజయవంతం కావాలని మనస్ఫూర్తిగా కోరుకుంటున్నా....

పొట్నూరు శ్రీనివాసరావు, గణిత ఉపాధ్యాయులు, శ్రీకాకుళం

***

The Book is very meaningful and inspires children and the people of all age groups to form the habit of reading books.

- Ravindra Bharathi School, Goutham Model School, Bhashyam School, St. Aloysius High School, Little Scholars School (Hyderabad)

A total of 1976 readers gave a score of 96/100 as their satisfaction index on the book.

రచయిత వివరాలు

చోడా సాంబశివరావు
Phone:9848021382, 9948298213
E-mail: srchoda1@gmail.com

పేరు: చోడా సాంబశివరావు

జన్మదినం: 08-09-1949

విద్య: BE- Mechanical (College of Engineering, Ananthapur), PGDBM (Bombay), PGDEM (University of Hyderabad, Hyderabad), DFJ (British Institute of English, Delhi)

ఉద్యోగం: Director, Choda Certification Private Limited.
Retd. DGM, BHEL, R C Puram, Hyderabad.

స్వస్థలం: రాజుపాలెం, గుంటూరు జిల్లా, ప్రస్తుత బాపట్ల జిల్లా, ఆంధ్రప్రదేశ్-522101

పెరిగిన, విద్య నేర్చిన స్థలం: బాపట్ల

నివాస స్థలం: # 2-4/1, సత్యనారాయణపురం, చైతన్య పురి, దిల్‌సుఖ్‌నగర్, హైదరాబాద్ - 500060

తల్లిదండ్రులు: కీర్తిశేషులు చోడా సూర్యప్రకాశ రావు, దారుశిల్పి
కీర్తిశేషులు మహాలక్ష్మమ్మ

సోదరుడు: చోడా రమణ కుమార్, M.Com., సినీ ఆర్టిస్ట్

సోదరి: కీర్తిశేషులు చోడా నాగ మల్లేశ్వరి, B.Sc., B. Ed (Govt. Primary School Principal)

సతీమణి: శ్రీమతి చోడా లలిత కుమారి, D/o. కీ॥శే॥ వంగిపురపు ప్రభాకర శర్మ B. Com.,
కీ॥శే॥ కోటేశ్వరమ్మ

కుమారుడు: చోడా నాగ శ్రీనివాస్, B.Tech, MBA, Software Engineer(US)

కోడలు: చోడా శ్రీప్రియ, M.Sc.

పెద్ద కూతురు: మాధవి, BE, MBA, B.Ed

పెద్ద అల్లుడు:శివ నాగేశ్వర్ రావు, M.Tech, AGM, BSNL

చిన్న కూతురు: శ్రీవేణి, BE

చిన్న అల్లుడు: చంద్రకాంత్ శ్రీనివాస్, BE, Director, Infosys

మనవళ్లు, మనవరాలు: శ్రీ సాయి ప్రభవ్, శ్రీ సాయి ప్రణీత్, శ్రీ కృష్ణ కీర్తి,

శ్రీ కృష్ణ అమృత ప్రజ్ఞ శ్రీ కృష్ణ తేజ ప్రణవ్,

శ్రీ సాయి యోగేష్, శ్రీ సాయి శరణ్య

రచనలు :1) వివిధ ఇంగ్లీష్ దిన, వార, మాస పత్రికలలో యాజమాన్య పద్ధతులు మీద 250పైగా వ్యాసాలు

2) Make Success a Habit (Book yet to be published)

చోడా వారి

చిట్టి కథలు

సంపుటి 1

1. కష్టజీవులు

అది చోడరాజ్యం, చోడరాజ్యం రాణిగారు రథంలో కూర్చొని ఊరు చివర ఉన్న ప్రకృతి దృశ్యాలు చూస్తూ ఆనందించి అక్కడ ఆగింది కాసేపు. సూర్యాస్తమయం, చల్లగాలి ఆమెను ఎంతో ఉల్లాస పరిచాయి.

ఊరి చివర ఉన్న పేదవారు వచ్చి రాణిగారికి అందమైన పూల గుత్తులు, పండ్లు, కూరగాయలు ఇచ్చి రథంలో పెట్టారు. రాణిగారు అవన్నీ సంతోషంగా స్వీకరించింది. ప్రజలు తనపట్ల చూపిస్తున్న ప్రేమకు, అభిమానానికి రాణిగారు పొంగిపోయారు.

మెల్లగా చీకటి పడింది. ఉన్నట్లుండి మేఘాలు వచ్చాయి. సన్నగా జల్లు మొదలైంది. రాణి రథంలో కూర్చుంది. రథసారధి గుఱ్ఱాలను అదిలించాడు, వర్షం క్రమక్రమంగా ఎక్కువైంది. రథసారధికి ఏం చెయ్యాలో అర్థం కాలేదు.

రథసారధి దగ్గర్లో ఉన్న ఇల్లు కోసం చూసాడు. ఒక్క పెంకుటిల్లు తప్ప చుట్టుప్రక్కల ఏమి ఇళ్లు లేవు. తప్పని సరియై రథాన్ని ఆ పెంకుటిల్లు ముందు ఆపాడు. శబ్దం విని ఆ ఇంటావిడ తలుపుతెరిచి చూసింది. ఎదురుగా రాణిగారిని చూసి ఆమె ఎంతో వినయంతో రాణిగారిని ఇంట్లోకి ఆహ్వానించింది కుర్చీ వేసింది, రాణిగారు కూర్చున్నారు. రాణిగారు ఆ ఇంటిని పరిశీలనగా చూసింది. ఆ ఇల్లు చాలా శుభ్రంగా ఉంది. ఎంతో చక్కగా అలికి ముగ్గులు వేసి ఉన్నాయి. ఎదురుగా ముగ్గురు అమ్మాయిలు కూర్చొని జొన్న అన్నం పచ్చడితో కలుపుకొని తింటున్నారు.

ఆ అమ్మాయిలు నిండుగా, పుష్టిగా ఆనందంగా కన్పించారు. అంత పేద తిండితింటూ వారు అంత అందంగా, పుష్టిగా, ఆనందంగా ఎలా ఉన్నారు అని ఆశ్చర్యపోయింది. ఆ సంగతి, ఆ పిల్లల పేర్లు, వారి ఆరోగ్య రహస్యాన్ని తల్లిని అడిగింది.

అందుకు ఆ తల్లి ''నా పిల్లల పేర్లు పావని, ప్రకాశిని, జ్ఞానశక్తి మా వారు తామ్రశిల్పి వారు కాలంచేసారు. ఈ పిల్లలు వారి తండ్రి దగ్గర పంచలోహ శిల్పవిద్యను చక్కగా నేర్చుకున్నారు. వీరు పంచలోహ దేవుని విగ్రహాలు శిల్పించి దేవాలయాలకు సరఫరా చేస్తారు. ఈ పిల్లలు ఆనందంగా ఉండటానికి కారణాలు

1) వాళ్లు కష్టజీవులు, కష్టపడి సంపాదించిన ధనంతో భోజనం చేస్తున్నారు.

2) ఇతరుల నుంచి ఏమి ఆశించరు,

3) బయట ప్రపంచంలోని దేనిని ఆశించరు, ఆకర్షింపబడరు'' అని చెప్పింది.

రాణిగారు వారి ఆరోగ్య రహస్యాన్ని, ఆనంద రహస్యాన్ని తెలుసుకొని ఆశ్చర్యపోయింది. వారికి సమ్మతమైతే మా ఆస్థానంలో శిల్పులుగా పదవి ఇస్తాము. ఆ పదవిని అధిరోహించాలి అని చెప్పింది. వారు దానికి సమ్మతించారు.

నీతి

కష్టించి పనిచేసేవారు ఎల్లప్పుడూ ఆనందంగా, ఆరోగ్యంగా ఉంటారు.

2. నాణాలు

పూర్వం ఒక గ్రామంలో విశ్వరూప ఆచార్య అనే వేదపండితుడు ఉండేవాడు. అతడు వేదాలు, శాస్త్రాలు, ఉపనిషత్తులు అన్ని చాలా క్షుణ్ణంగా నేర్చుకున్నాడు. అతని పాండిత్యం చుట్టు ప్రక్కల నగరాలకు కూడా బాగా తెలిసింది. ఒకసారి ఆ దేశపు రాజు అతడిని సభకు ఆహ్వానించాడు. చర్చ చివరలో అతడితో అన్నాడు. ''అయ్యా నీవు జ్ఞానివి. విద్యావంతుడవు. కాని నీ కొడుకు ఇంత మూర్ఖుడేంటి? అతడిని కూడా కాస్త చదివించు. అతడికి బంగారం, వెండిలలో ఏది విలువైనదో కూడా తెలియదు.'' అని రాజు పెద్దగా నవ్వుతూ అన్నాడు.

ఇంటికి వచ్చి తన కొడుకు జ్ఞానభద్ర ఆచార్యను ''బంగారం, వెండి-ఈ రెంటిలో ఏది విలువైనది?'' అని అడిగాడు. ''బంగారం'' ఒక క్షణం కూడా ఆలోచించకుండా కొడుకు సమాధానమిచ్చాడు. ''నీ సమాధానం

సరైనదే. మరి రాజు ఎందుకు అలా అన్నాడు? అందరి ఎదుట నన్ను పరిహసించాడు.'' అని తండ్రి బాధపడ్డాడు.

అది విని అతడి కొడుకు విషయం మొత్తం అర్థమయ్యేలా, ఇలా చెప్పసాగాడు. "నాన్నగారు! రాజుగారు ప్రతి రోజూ ఈ ఊరికి దగ్గరలో ఒక సభను నిర్వహిస్తారు. పేరుపొందిన వారంతా అక్కడకు వస్తారు. ఆ సభ నేను బడికి పోయే దారిలో వస్తుంది. రాజు నన్ను చూడగానే వెంటనే పిలుస్తారు. ఒక చేతిలో బంగారు నాణేన్ని, మరొక చేతిలో వెండి నాణేన్ని పట్టుకుంటారు. 'రెండింటిలో ఎక్కువ విలువైన దాన్ని తీసుకో' అంటారు. అప్పుడు నేను వెండి నాణేన్ని తీసుకుంటాను. అందరూ గట్టిగా నవ్వుతారు. తద్వారా వారికి వినోదం. ఈ విధంగా ప్రతిరోజు జరుగుతోంది" అని వివరించాడు.

"కాని నువ్వు బంగారు నాణాన్ని ఎందుకు తీసుకోవు? అందరి ముందు నన్ను ఎందుకు అవమానం పాలుచేస్తావు?" అన్నాడు తండ్రి.

అప్పుడు జ్ఞానభద్ర ఆచార్య తన తండ్రి చేయి పట్టుకొని ఇంటి లోపలకు తీసుకొని వెళ్ళాడు. మూల గదిలో గల ఒక పెట్టెను తెరిచి చూపించాడు. దాని నిండా వెండినాణాలు ఉన్నాయి. అది చూసి విశ్వరూప ఆచార్య చాలా ఆశ్చర్యపోయాడు.

“ తండ్రీ! ఏ రోజైతే నేను బంగారు నాణాన్ని తీసుకుంటానో అప్పుడు ఈ ఆట పూర్తవుతుంది. ఒకవేళ వారు నన్ను తెలివిలేని వాడిగా భావించి నవ్వితే నవ్వనివ్వండి. నేను వివేకవంతుడిని అని వారికి నిరూపిస్తే నాకేంటి లాభం? నేను మీ పుత్రుడిని. అందువల్ల తెలివితో పనిచేస్తాను. నిజంగా మూర్ఖుడిని అయితే అది వేరు.

మూర్ఖుడిగా భావింపబడేది వేరు. బంగారం వంటి అవకాశం కోసం ఎదురుచూడటం కన్నా ప్రతి అవకాశాన్ని బంగారం లాగా మార్చుకోవటం నయం” అన్నాడు.

నీతి

అవకాశాన్ని సక్రమంగా వినియోగించుకొని విజయం సాధించాలి.

3. ఆలోచన

ఒక గ్రామంలో ఒక గురువు గారు కుటీరం నిర్మించుకుని అందులో పది మంది శిష్యులను చేర్చుకుని విద్య నేర్పుతూ ఉండేవాడు. గురువుగారికి సకల విద్యలలో ప్రావీణ్యం ఉన్నది. ఆ శిష్యులలో భద్రదత్తఆచార్య అను శిష్యుడు కూడా ఉన్నాడు.

ఆ గురువు గారు అప్పుడప్పుడూ తన శిష్యులను చిక్కు ప్రశ్నలు అడిగి సమాధానాలు రాబట్టే ప్రయత్నం చేసేవాడు. ఒకరోజు గురువుగారు శిష్యులు అందరినీ పిలిచి మిమ్ములను ఇప్పుడు ఒక ప్రశ్న అడుగుతాను సమాధానం తెలిసినవారు చేతులు పైకి ఎత్తండి అని చెప్పాడు.

భద్రదత్తఆచార్య అనే శిష్యుడు ఏ ప్రశ్నకైనా నేను సమాధానం చెప్తాను గురువుగారు అని నమస్కారం చేశాడు. ప్రశ్న అడగండి గురువుగారు. అప్పుడు గురువుగారు ఇలా అడిగారు ''ఒకప్పుడు విష్ణుమూర్తి ఒక ఏనుగు ఆర్తనాదాలు విని వెంటనే దానిని రక్షించటానికి పరుగెత్తుకు వచ్చాడు అని పురాణాల్లో ఉంది. ఎందుకలా? ఆయన సేవకులను ఎవరినైనా పంపవచ్చు కదా! ఆయనే స్వయంగా వెళ్లవలసిన అవసరం ఏమొచ్చింది'' అని అడిగారు.

అది విన్న భద్రదత్తఆచార్య గురువుగారు నాకు కొంచెం సమయం ఇవ్వండి, సమయం ఇవ్వటానికి ఒప్పుకున్నారు.

భద్రదత్తఆచార్య ఆ గ్రామానికి చెందిన ఒక మహిళను పిలిచి, ఆమె చేతికి ఒక మైనపు బొమ్మను ఇచ్చాడు. ఆ బొమ్మ అచ్చం పసికందులా ఉంది. ఈరోజు సాయంత్రం నేను గురువుగారితో కలిసి చెరువుగట్టుకు వస్తాను అప్పుడు ఈ బొమ్మను తీసుకుని నీటిలో పడి పోయినట్లుగా నటించు నీకు మంచి బహుమతి ఇస్తాను అని చెప్పాడు ఆమె సంతోషంగా ఒప్పుకుంది.

భద్రదత్తఆచార్య, గురువుగారు చెరువు గట్టు మీద నడుస్తున్నప్పుడు వాళ్ళు చూస్తూ ఉండగా మహిళ జారిపడి పోయినట్లుగా నటించింది. తన చేతిలో ఉన్న శిశువు బొమ్మను నీళ్లలో పడేసింది.

గురువుగారు ఈ దృశ్యం చూసిన వెంటనే క్షణం కూడా ఆలస్యం చేయకుండా వెంటనే నీళ్లలోకి దూకి కాపాడే ప్రయత్నం చేశారు. తీరా చూస్తే అది శిశువు బొమ్మ. గురువు గారికి ఆ మహిళ మీద కోపం వచ్చినా ఏమీ మాట్లాడకుండా గట్టు మీదకు చేరుకున్నారు.

అప్పుడు భద్రదత్తఆచార్య ఇలా అన్నాడు "గురువర్యా! నాకు ఈత వచ్చిన విషయం మీకు తెలుసు, అయినా మీ శిష్యుడైన నన్ను పక్కన పెట్టుకొని మీరే స్వయంగా నీళ్లలోకి ఎందుకు దూకారు, సహాయానికి నన్ను పంపవచ్చు కదా."

ఒక శిశువు ప్రాణాపాయ స్థితిలో ఉందని మీరు ఎలా అయితే వెనకా ముందు ఆలోచించకుండా ఆదుకోవాలని అనుకున్నారో, అలాగే ఆ విష్ణుమూర్తి కూడా ఆ ఏనుగును కాపాడాలి అనుకున్నాడు. ఇది వివరించడానికే ఆ మహిళ సహాయంతో ఈ నాటకం ఆడాను. నన్ను మన్నించండి. తన శిష్యుని తెలివితేటలకు గురువుగారు సంతోషించి భద్రదత్తఆచార్యని ఉత్తమ శిష్యుడిగా ప్రకటించారు.

నీతి

మంచి ఆలోచన మంచి ఫలితాన్ని ఇస్తుంది.

4. నిజాయితి విలువ

ఒక ఊరిలో ఒక ధనవంతుడున్నాడు. అతనికి తనను పది మంది గుర్తుంచుకునేలా ఒక పని చేయాలని ఆలోచన వచ్చింది. వెంటనే ఆ ఆలోచనను అమలుపరిచాడు. చిన్న పిల్లల పాఠశాలకు వెళ్లి అక్కడ ప్రధానోపాధ్యాయునితో మాట్లాడి ప్రతి శనివారం మీ పాఠశాల పిల్లల్ని మా ఇంటికి పంపితే, ఆ పిల్లలకు బొమ్మలు ఇస్తాను అని చెప్పాడు. దానికి ప్రధాన ఉపాధ్యాయుడు సరే అని ఒప్పుకున్నాడు.

ఆ ధనవంతుని ఇంట్లో ఒక పెద్ద గది ఉంది. ఆ గదిలో చాలా బొమ్మలు పెట్టాడు. పిల్లలందరూ వరుస వరుసగా వచ్చి నాకు బొమ్మలు కావాలి, నాకు బొమ్మలు కావాలి అని అరుస్తూ పోట్లాడుకుంటూ చేతికి దొరికిన బొమ్మలను పట్టుకొని వెళ్లిపోయారు. కనీసం ఆ ధనవంతునికి కృతజ్ఞతలు చెప్పినవారు, నమస్కారాలు చేసినవారు కూడా లేరు.

ఒక పేద అమ్మాయి అందరి పిల్లలకు దూరంగా, అల్లరికి దూరంగా నిశ్శబ్దంగా నిలబడి, అందరూ వెళ్ళిపోయాక మిగిలియున్న చిన్న కుక్కపిల్ల బొమ్మను తీసుకుంది. ధనవంతుని దగ్గరకు వచ్చి ధన్యవాదాలు చెప్పి, నమస్కారం చేసి వెళ్ళబోయింది. అంత వినయంగా, నెమ్మదిగా ఉన్న అమ్మాయిని చూసి ఆ ధనవంతుడు ఎంతో

సంతోషించి, "నీ పేరేమిటి అమ్మా?" అని అడిగాడు. నా పేరు వేదవతి, మా తండ్రి గిరిధర్మ ఆచార్య, శిలాశిల్పి, మా తల్లి పేరు ప్రకాశిని అని వినయంగా చెప్పి తన ఇంటికి వెళ్లిపోయింది.

పిల్లల అల్లరి చూసిన ధనవంతుడు, మరుసటి వారం పద్ధతి మార్చాడు. అందరూ వరుసలో నిలుచోవాలి అని అన్నాడు. అందరు వరుసలో నిల్చున్నారు. ప్రతి ఒక్కరికి తానే బొమ్మలు అందించి పంపించాడు. అందరికన్నా చివరిలో వేదవతి నిల్చుంది. వేదవతి వంతు వచ్చేసరికి ధనవంతుడు గతవారం వేదవతి తీసుకున్న కుక్కపిల్ల లాంటి బొమ్మనే ఇచ్చాడు. వేదవతి ఏమి మాట్లాడకుండా నమస్కరించి బొమ్మను తీసుకొని, ధన్యవాదాలు చెప్పి ఇంటికి వెళ్ళింది.

ఇంటికి వెళ్లి బొమ్మను తల్లి చేతికి ఇచ్చింది. మళ్ళీ వెనుకటి వారంలాంటి బొమ్మనే తెచ్చావే అని తల్లి బల్లమీద పెట్టబోయినప్పుడు, చేయిజారి బొమ్మ క్రిందపడింది. క్రిందపడగానే కుక్కపిల్ల బొమ్మ నోరు తెరుచుకొన్నట్లు చిన్న తలుపు తెరుచుకుంది. అందులోంచి పది బంగారు నాణాలు బయటపడ్డాయి.

వేదవతి తల్లి ఆశ్చర్య పోయింది. ఏదో పొరపాటు జరిగింది. వెళ్లి ఈ నాణాలు ధనవంతునికి ఇచ్చేద్దాము అని వేదవతి తన తల్లితోపాటు ధనవంతుని ఇంటికి వెళ్ళింది. ఆ ధనవంతుడు వాళ్ళను చూసి, వాళ్ళు చెప్పింది విని, ''నేను మీ అమ్మాయి వినయ, విధేయతలకు మెచ్చి గోప్యంగా ఆ నాణాలు బహుమతిగా ఇచ్చాను, దయచేసి స్వీకరించండి. మీ అమ్మాయి నిజాయితీకి మెచ్చి మరోపది బంగారు నాణాలు ఇస్తున్నాను అవి కూడా స్వీకరించండి. అమ్మాయి భవిష్యత్తుకు ఉపయోగించండి నేను చాలా సంతోషిస్తాను'' అని అన్నాడు.

నీతి

నిజాయితీ సత్ఫలితాలను ఇస్తుంది.

5. వెలుగు

పూర్వం విశ్వదత్త బ్రహ్మర్షి గాయత్రి విశ్వకర్మ ఆశ్రమాన్ని నడుపుతూ ఉండేవాడు. అయన దగ్గర చాలా మంది శిష్యులు వేద అధ్యయనం చేస్తుండేవారు. అందులో ఇద్దరు శిష్యులు సుమంతుడు, శ్వేతాంగధుడు చేదోడువాదోడుగా ఉంటూ అన్ని పనుల్లో గురువుగారికి సహాయం చేస్తూ ఉండేవారు. ఇలా కొంతకాలం గడిచింది. గురువుగారు పెద్దవారై పోయినారు.

తన ఇద్దరి ప్రియశిష్యులలో ఒకరికి ముఖ్య బాధ్యతలు అప్పజెప్పి రెండవ శిష్యునికి సహాయం చేయవలసినదిగా కోరుదామని అనుకున్నాడు. ఆ ఇద్దరు శిష్యులను పిలిచి మీకో పరీక్ష పెడతాను, ఆ పరీక్షలో ఎవరు నెగ్గితే వారికి ఆశ్రమ బాధ్యతలు అప్పజెపుతాను, వేరేవారు అతనికి సహాయకారిగా ఉంటారు.

ఆ ఇద్దరి శిష్యులకు చెరొక బంగారు నాణెం ఇచ్చి, మీరు ఈ నాణెముతో మన ధ్యానమందిరాన్ని పూర్తిగా నింపగలిగే వస్తువుని తీసుకురండి, అని చెప్పారు.

శ్వేతాంగధుడు ఆ

బంగారు నాణానికి గడ్డిమోపుని తీసుకొని వచ్చాడు. ఎన్ని గడ్డిమోపులు వేసినా ధ్యానమందిరం నిండలేదు. సుమంతుడు ఒక కాగడాని తీసుకొని వచ్చాడు. ఆ కాగడాని వెలిగించగానే ఆశ్రమ ధ్యానమందిరం పూర్తిగా వెలుగుతో నిండిపోయింది.

గురువుగారు సుమంతుడికి ఆశ్రమ బాధ్యతలు అప్పజెప్పి, శ్వేతాంగధుడుని సహాయకారిగా ఉండమని చెప్పాడు.

నీతి

తెలివిగా ఆలోచించి పనులు చేయాలి.

6. భగవంతుని అనుగ్రహం

వినయవర్మ అనే రాజు తన కొలువులో ఇద్దరిని ఎక్కువగా ఆదరించేవారు. ఒకరు రామశర్మ, మరొకరు జ్ఞానభద్ర ఆచార్య. ఒక రోజు రాజు వారిద్దరిని పిలిచి, మీరు ఎవరి వలన ధనవంతులై సంతోషంగా జీవిస్తున్నారు? అని అడిగాడు. అందుకు రామశర్మ వెంటనే, రాజా! నేను మీ అనుగ్రహం వలనే ఆనందమైన జీవితాన్ని గడుపుతున్నాను అని చెప్పాడు. కాని జ్ఞానభద్ర ఆచార్య తను భగవంతుని కృప వలన సుఖంగా, సంతోషంగా ఉన్నానని పలికాడు.

రాజు వారి మాటల్లో ఉన్న సత్యాన్ని గ్రహించాలని ఒక పరీక్ష పెట్టాడు. ఒక గుమ్మడికాయలో ముత్యాలని దాచి, దాన్ని రామశర్మకి ఇచ్చాడు, జ్ఞానభద్ర ఆచార్యకి రెండు వరహాలు ఇచ్చి పంపించివేసాడు.

గుమ్మడికాయలో ఏముందో తెలియని రామశర్మ దారిలో అసహనం వ్యక్తం చేసాడు. రాజు తనకి అన్యాయం చేసాడని వాపోయాడు రామశర్మ జ్ఞానభద్ర ఆచార్యతో ఇలా అన్నాడు "నీ వద్ద ఉన్న రెండు వరహాలు నాకిస్తే ఈ గుమ్మడికాయ నీకు ఇస్తాను. మీరు చక్కగా వండుకొని మీ ఇంట్లోని వారంతా తినొచ్చు పైగా మీకు ఇష్టం అనుకుంటా కదా!" అని అన్నాడు.

అందుకు జ్ఞానభద్ర ఆచార్య సంతోషంగా అంగీకరించాడు. తన వద్ద ఉన్న రెండు వరహాలు రామశర్మకి ఇచ్చి గుమ్మడికాయ తీసుకున్నాడు.

ఇంటికి వెళ్ళాక జ్ఞానభద్ర ఆచార్య గుమ్మడికాయ పగులగొట్టగా అందులో ముత్యాలు ఉండటం చూసి ఆశ్చర్యపోయాడు. వెంటనే వినయవర్మ రాజు దగ్గరికి వచ్చి జరిగిన విషయాన్ని పూసగుచ్చినట్లు వివరించాడు. ఆ మాట విన్న రాజుగారు “భగవంతుని అనుగ్రహం లేనిదే మానవుల ప్రయత్నాలు ఫలించవు”, అని గ్రహించాడు. మానవుల ప్రయత్నానికి భగవంతుని అనుగ్రహం ఉంటే ఎంతో మంచిది. జ్ఞానభద్ర ఆచార్య నిజాయితీకి మెచ్చుకొని మరికొన్ని బహుమతులు ఇచ్చి పంపాడు.

నీతి

మన కృషికి భగవంతుని అనుగ్రహం తోడైతేనే మంచి ఫలితాలు సాధించగలము.

7. హనుమంతుని జన్మ రహస్యం

పూర్వం దీర్ఘతముడను నామాంతరము గల గౌతమ మహర్షి కలడు. ఆయనకు అహల్య అను భార్యయుండెను. వారికి అంజనాదేవి అను సుందరి జన్మించెను. అంజనాదేవి జన్మతః అంధురాలు. కేసరి అను వానర శ్రేష్ఠుని భార్య అయ్యెను.

సంతాన అభిలాషియై అంజనాదేవి, ఏకాంతముగా పర్ణశాల నిర్మించుకొని పర్వత అగ్రభాగమున కఠిన నియమము బూని వ్రతము చేయుచుండెను. లావణ్య రాశి యగు అంజనాదేవి ఒకనాటి సాయం సంధ్యా సమయమున పూజ కొరకు పూలను సేకరించుచూ సంచరించు చుండెను. అంత వాయుదేవుడు తన వాయు తరంగములచే ఆమెను బంధించెను.

ఆమె వాయుదేవుని వరంతో, ఈశ్వర అనుగ్రహంతో గర్భము ధరించెను. ఆమెకు అంధత్వము పోయి సమస్తము కనపడెను. అంతేకాక తొమ్మిది ఘడియలలో గర్భము వృద్ధి అయ్యెను. అంజనాదేవి గర్భభారముతో బడలినదై తన పతియగు కేసరిని చేరెను. దైవ నిర్ణయమునకు విధేయుడైన కేసరి బ్రహ్మ, విష్ణు, మహేశ్వరులను ప్రార్థించెను.

ఆ త్రిమూర్తులు వచ్చి దయతో కేసరిని వీక్షించి, కారణము అడిగిరి. అప్పుడు కేసరి నవమాసములు నిండి ప్రసవ వేదనను అనుభవించుచున్న అంజనాదేవిని చూపెను. అదేమి చిత్రమో కాని ఎంత వేదన పడిననూ శిశు జననము కాకపోవుటచే కేసరి ఆందోళన చెంది, వాయుదేవుని ప్రార్థించెను. వాయుదేవుడు పరిస్థితిని ఎరింగి శాస్త్ర వైద్య నిపుణులగు దైవవైద్యులు అశ్విని దేవతలను రావించెను. వారి నైపుణ్యంతో ఎంత ప్రయత్నించినను గర్భంలోని శిశువు వెలుపలికి వచ్చుటకు నిరాకరించెను. అంతట అశ్విని దేవతలు ఇలా పలికిరి.

ఈమె గర్భమునందున్న శిశువు సామాన్యుడు కాదు. కారణజన్ముడు, బహు తేజో విరాజితుడు. అతని సహకారము లేనిదే మేము ఏమి చేయుటకు సమర్థులము కాజాలము. గర్భస్థ శిశువు బయటికి రాక వైద్యులను సైతము వారించుటకు కారణమేమి అయ్యుండును? అను సందేహము త్రిమూర్తులను కలవరపెట్టుచుండెను.

అంతట త్రిమూర్తులు అంజనా దేవిని సమీపించి గర్భస్థ శిశువుని ఉద్దేశించి ఇలా అడిగిరి. ‘‘ఓయి! నవమాసాలు నిండుటయే తడవు గర్భస్థ నరకము నుండి బయటకు వచ్చుటకు వేగిర పడుచుందురు, అది ప్రకృతి ధర్మము. నీవు ఎందులకు నిరాకరించుచుంటివి. దానికి ఏమైనా కారణమున్నదా అని అడిగిరి.

ఆ గర్భస్థ శిశువు ఇట్లు చెప్పెను ‘‘నేను మానవంతుడను. నేను బ్రహ్మచారిని. నా బ్రహ్మచర్య వ్రతమునకు భంగము కలగనీయను. స్త్రీ ఉదరము మాయ నాకు అంటరాదు. కావున నాకు కౌపీనము, జంధ్యము, కమండలము, కర్ణకుండలాలు మున్నగునవి ఒసంగుడు. ఇప్పుడే బయటపడెదను’’ అని శిశువు చెప్పగానే త్రిమూర్తులు (బ్రహ్మ, విష్ణు, మహేశ్వరులు) తమలో తాము ఆలోచించి మాకు ఆ శక్తి లేదు.

సర్వనామములు, సర్వరూపములు ధరించువాడు శ్రీ విశ్వకర్మ భగవానుడు తప్ప ఈ క్లిష్ట సమస్యను మరెవరూ పరిష్కరింప లేరు. వెంటనే త్రిమూర్తులు, అందరు దేవతలు విశ్వకర్మ భగవానుని ప్రార్థించిరి. ఆపద్భాందవుడు, ధీశాలియు, సమయాసమయ వివేక విచక్షణాశీలియైన శ్రీ విశ్వకర్మ భగవానుడు ప్రత్యక్షమయ్యెను. దేవతలకు అభయ మొసంగి అంజనాదేవి గర్భమున ఉన్న శిశువుని ఉద్దేశించి, కుమారా! నీ అభీష్టము నేను తెలుసుకొంటిని.

మానవంతుడగు నీ బ్రహ్మచర్య వ్రతమునకు భంగము కలుగని విధానము ఆలోచించితిని అని పలికెను. వెంటనే ఆ బాలునకు బ్రహ్మచర్య సంస్కారములు, జాతకర్మ, చౌల, ఉపనయనాదులు ఒనర్చి బంగారు జంధ్యము, కుండలములు, మొలతాడు, మణిహారము, పట్టు కౌపీనములను సృష్టించి ధరింపజేసి, ఇక నిర్భీతుడవై బయటకు రమ్మని ఆదేశించెను. అంతట ఆ శిశువు గర్భము నుండి సర్వాలంకార భూషితుడై బయటకు వచ్చెను. జన్మించిన శిశువు మహాతేజస్వియై వెలుగుచుండగా అక్కడ వెలుగుచున్న కాంతిమంతమగు దీపములు ఆ బాలుని తేజము ముందు వెలవెల బోయెను. అంజనా దేవి ఆనందమునకు అవధులు లేవు. చల్లని సుగంధగాలులు వీచెను. నదులు పొంగి ప్రవహించెను. భూమి పులకరించెను. వృక్షములు ఫల, పుష్ప భరితములు ఒనర్చెను. సముద్రము ఉత్తుంగ తరంగములతో ఘోషించెను. అందరూ సంతోషించిరి. బ్రహ్మ, విష్ణు, మహేశ్వరుడు, ఇంద్రుడు, సూర్యుడు, దేవతలు వరములు గుప్పించిరి. తనచే నిర్మితములగు ఏ ఆయుధములచేతను ప్రమాదము లేకుండునట్లు, చిరంజీవత్వము "శ్రీ విశ్వకర్మ భగవానుడు" ప్రసాదించెను.

పుట్టుకతోనే బ్రహ్మచర్య వ్రతమున ప్రత్యేకత్వము పొందిన అంజనీ సుతుడు శ్రీ విశ్వకర్మ భగవానుని మూలమున తనకు లభించిన ప్రతిష్ఠకు కృతజ్ఞతగా శ్రీ విశ్వకర్మ యొక్క ధ్వజమునకు చిహ్నముగా ఉందునని పలికెను. అందులకు శ్రీ విశ్వకర్మ భగవానుడు తన అంగీకారము తెలిపెను. విశ్వకర్మ భగవానుని ధ్వజముపై హనుమంతుని చిత్రమును ధరింపజే యవలెను.

అచటనున్న దేవతలు, ఇంద్రాది దిక్పాలకులు, త్రిమూర్తులు సంతోషించిన వారై సృష్టి, స్థితి, లయ, తిరోదాన, అనుగ్రహ కారకుడగు ఆ విశ్వకర్మని నానావిధముల స్తుతించిరి, భజించిరి.

నీతి

పరమాత్మకు సాధ్యం కానిది ఏదీలేదు.

8. మనసులో ఆలోచన

బాపట్ల రాజ్యాన్ని జయసేన అనే రాజు పరిపాలించేవాడు. తన ఆస్థానంలో ఒక తెలివైన వ్యక్తి ఉంటే బాగుంటుంది అని రాజుకు అనిపించింది.

యువరాజుకి తెలివితేటలు పెరిగేలా, ఓ తెలివైన వ్యక్తిచే శిక్షణ ఇప్పించాలి అని కూడా అనుకున్నాడు. ఈ విషయాన్ని మంత్రితో చెప్పి రాజ్యమంతటా చాటింపు వేయించాడు.

రాజ్యంలో తెలివైన వ్యక్తి ఎంపిక జరుగుతుంది. మీలో ఎవరైనా తెలివైనవారు ఉంటే పరీక్షకు రండి. పరీక్షలో నెగ్గిన వారికి ఆస్థానంలో ఉద్యోగం దొరుకుతుంది అని చాటింపు వేయించారు. ఆసక్తి ఉన్నవారు చాలా మంది ఈ పరీక్షకు తరలివచ్చారు.

ఒక్కొక్కర్ని రాజుగారు తన ముందుకు పిలుస్తున్నారు. నా మనసులో ఏముంది? ప్రస్తుతం నేను దేని గురించి ఆలోచిస్తున్నాను, చెప్పండి అని వారిని అడుగుతున్నాడు. ఒక్కరూ సరిగ్గా సమాధానం చెప్పలేదు. కొందరి సమాధానాలు సరిగ్గా ఉన్నా రాజుగారు ఒప్పుకోలేదు.

ఇంతలో వినయఆచార్య అనే యువకుడి వంతు వచ్చినది. మిగతావారిని అడిగిన ప్రశ్ననే రాజు వినయ ఆచార్యని కూడా అడిగాడు.

రాజుగారి ప్రశ్నకు వినయఆచార్య ఈ విధంగా సమాధానం చెప్పాడు. “ప్రపంచంలోని రాజ్యాలన్నిటిలోకెల్లా బాపట్ల ప్రజలు సంతోషంగా ఉన్నారు. ఇదే విషయం మీరు ఆలోచిస్తున్నారు. ఇదే విషయం మీ మనసులో ఉంది. ప్రజలకు మరిన్ని సంక్షేమ పథకాలు అందించి, పాలనలో మిమ్మల్ని మించిన వారు లేరన్న నిజాన్ని మరోసారి ప్రపంచానికి చాటాలని అనుకుంటున్నారు. ప్రస్తుతం దీని గురించే ఆలోచిస్తున్నారు.” నిజానికి రాజుగారు మరో ఆలోచనలో ఉన్నారు. కాని, ఆ సమాధానం సరి అయినది కాదు అని చెపితే తన గౌరవానికి భంగం కల్గుతుందని, వెంటనే వినయ ఆచార్యని - అద్భుతం నువ్వు నూటికి నూరు శాతం నిజమే చెప్పావు.

నీకు ఆస్థానంలో ఉద్యోగం ఇస్తున్నాను. అలాగే యువరాజుకి నిన్ను వ్యక్తిగత శిక్షకుడిగా నియమిస్తున్నాను అని జయసేనరాజు ఆజ్ఞ జారిచేసాడు.

వినయ ఆచార్య ఆనందంగా ఉద్యోగంలో చేరాడు. చాలా సమస్యలను తెలివి తేటలతో పరిష్కరించాడు. తక్కువ సమయంలో మంత్రి పదవిని చేపట్టాడు.

నీతి:

తెలివిగా పనిచేసి ఫలితాలు సాధించాలి.

9. ఉపాయం

పూర్వం ఒక రాజ్యాన్ని దేవసేన అనే రాజు పరిపాలిస్తుండేవాడు. అది చిన్న రాజ్యమే కాని సిరిసంపదలతో తులతూగుతున్న రాజ్యం. ధనం, ధాన్యం, మణులు, మాణిక్యాలు బాగా ఉండేవి. అతని మంత్రి పేరు కుశధర్మ ఆచార్య, పేరుకు తగినట్టుగానే మంచి మేధావి, యుక్తిపరుడు, రాజనీతి తెలిసినవాడు, సమయస్ఫూర్తి కలిగినవాడు.

రాజు మాత్రం దూరాలోచన లేనివాడు. చుట్టుపక్కన రాజ్యాలెన్నో ఈ రాజ్యం మీదికి దండెత్తి ధన, ధాన్యాలు కొల్లగొట్టాలనే ఆలోచనలో ఉండేవి. మంత్రి కుశధర్మ ఆచార్య లేకుంటే ఏనాడో రాజ్యం శత్రువుల పాలయ్యేది. రాజుగారి ఆస్థానంలో రఘుశాస్త్రి అనే పురోహితుడు ఉండేవాడు. రాజుగారి కార్యక్రమాలకి ముహూర్తం చూసి పెడుతుండే వాడు. కుశధర్మ ఆచార్య సమయస్ఫూర్తి వలన రాజుగారి కార్యక్రమాలు సక్రమంగా జరుగుతుండేవి. కాని రాజుగారు మాత్రం రఘుశాస్త్రి పెట్టిన ముహూర్తం వలన కార్యక్రమాలు సక్రమంగా జరుగుతున్నాయని అనుకునేవారు.

చిట్టికథలు

ఒకరోజు రఘుశాస్త్రి రాజుగారిని ఇలా అడిగారు "నేను నిర్ణయించిన ముహుర్తాల వలన మీ కార్యక్రమాలన్ని సజావుగా జరుగుతున్నాయి అందువలన నన్ను ఈ రాజ్యానికి మంత్రిగా నియమించండి". అందుకు రాజుగారు సరే అన్నారు.

ఈ విషయం తెలిసిన రాణిగారు వారికి మంత్రి పదవి ఇవ్వడం ఏమిటి, ఏమన్నా సహాయం చేయాలనుకుంటే ఎక్కువ ధనం ఇవ్వండి అంతేగాని మంత్రి పదవి ఇవ్వొద్దు, అని అన్నది. దానికి రాజుగారు, నేను మాట ఇచ్చాను, ఇచ్చిన మాట తప్పను అని అన్నాడు. రఘుశాస్త్రిని మంత్రిని చేసాడు.

కొత్త మంత్రిగారు విపరీతంగా పన్నులు పెంచి, ప్రజలను బాధించసాగాడు. పంటలు పండక, తిండి లేక అల్లాడిపోతున్న ప్రజల మీద జాలి చూపించకపోగా పన్నులు చెల్లించమని వేధించసాగాడు. దానితో ప్రజలలో రాజుపై వ్యతిరేకత మొదలైంది. రాజుగారు కూడా రాజ్యాన్ని పట్టించుకోకుండా విందులు, విలాసాలకు ఖర్చుచేయడం మొదలుపెట్టారు.

క్రితంసారిలా అధికారులలో, సైనికులలో తమపై పర్యవేక్షణ లేకపోయేసరికి అలసత్వం ఎక్కువైంది. క్రమంగా రాజ్యం అల్లకల్లోలం అయ్యింది.

ఇదంతా గమనించిన శత్రురాజులు దండయాత్రకు వచ్చారు. కోటలో సైన్యం పెద్దగా లేదు. వారికి కూడా సరైన శిక్షణలేదు. సోమరితనానికి అలవాటు పడి ఉన్నారు. ఆహారధాన్యాలు సరిపడేంతగా లేవు. రాజుకి ఏమి చేయాలో తోచలేదు. రాజు మంత్రి రఘుశాస్త్రిని ఇప్పుడు ఏమి చేద్దాము? అని అడిగాడు. రహస్య మార్గం గుండా పారిపోదాం అని చెప్పాడు. శత్రుసైన్యాలు కోటను చుట్టిముట్టి ఉన్నాయి. రాజుగారికి ఈ సలహా నచ్చలేదు. రాజుగారు రాణిని ఏమి చేద్దాము? అని అడిగాడు. అప్పుడు రాణి ఒకప్పటి మంత్రి అయినా కుశధర్మ ఆచార్యను వెతికి తీసుకునిరమ్మని సలహా ఇచ్చెను.

రాజు తన అధికారులను కుశధర్మ ఆచార్యను వెతకమని ఆజ్ఞాపించెను. వారు వెతికి వెతికి కుశధర్మ ఆచార్యకు బదులుగా ఒక యువకుడిని తీసుకువచ్చారు. రాజుగారు నేను కుశధర్మ ఆచార్యను తీసుకురమ్మంటే ఈ యువకుడిని తీసుకువచ్చారేంటి అని గట్టిగా అరిచాడు. అప్పుడు ఆ యువకుడు “రాజా మీరు చింతించకండి, నేను మీ సమస్యను పరిష్కరిస్తాను” అని తాపీగా చెప్పాడు. ఎలా? అని రాజుగారు గద్దించారు.

మహారాజా! మీరు ముందుగా ఒక లక్ష అరటి ఆకులు తెప్పించండి. రాజుగారు అలానే చేసారు. ఆ యువకుడు విస్తళ్ళ మీద అన్నం మెతుకులు, పెరుగు, పచ్చళ్ళు చిలకరించి చుట్టుముట్టిన శత్రు సైన్యం మీద వేయించాడు. శత్రుసైన్యం ఆ ఎంగిలి ఆకులను చూసి ఓ లక్ష మందికి పైగా సైన్యం ఉన్నారనుకొని వెనుదిరిగిపోయారు. అప్పుడు రాజుగారు నీ సహాయాన్ని ఎప్పటికి మరచిపోను. నిన్నే నా రాజ్యానికి

మంత్రిని చేస్తాను అని అన్నాడు. అది విన్న యువకుడు రాజుగారితో నేను నా తండ్రికి ద్రోహం చేయలేను. మా నాన్నగారైన కుశధర్మ ఆచార్యనే మంత్రిగా తిరిగి నియమించుకోండి అని అన్నాడు. దానికి రాజుగారు నీవు మన ధనాగారానికి సంరక్షకునిగా ఉండాలి. మీ తండ్రిగారు నాకు మంత్రిగా ఉంటారు. మీరు తప్పక అంగీకరించండి. దానికి వారు సమ్మతించారు.

నీతి

సామర్థ్యాన్ని బట్టే పదవులను కేటాయించాలి.

10. భగవంతుని పూజ

పూర్వం ఒక దారుశిల్పి రాజు శ్రీ విరాట్ విశ్వకర్మ భగవానుణ్ణి పూజిస్తూ ఉండేవాడు. ఆయన గురించే ధ్యానం చేస్తూ ఉండేవాడు. తరతరాలుగా వారు శ్రీ విరాట్ విశ్వకర్మనే ధ్యానిస్తూ ఉండేవారు, పూజిస్తూ ఉండేవారు. ఒక సంవత్సరం ఆ దారుశిల్పికి పనులు చాలా తక్కువగా వచ్చాయి. దానితో దిగులుపడిపోయినాడు. శ్రీ విరాట్ విశ్వకర్మని ఆరాధిస్తున్నా నా పనులు సక్రమంగా జరగడం లేదని బాధపడ్డాడు. అనుకోకుండా ఒకరోజు తన పాత స్నేహితుడు కలిసాడు. ఆ పాత స్నేహితునికి తన పనులు సక్రమంగా జరగడం లేదని వివరంగా చెప్పాడు.

అప్పుడు ఆ స్నేహితుడు ఇలా అన్నాడు - “అమ్మవారిని పూజించు, నీ కష్టాలు అన్నీ తీరుతాయి”. ఆ మాటతో దారుశిల్పి వెంటనే తన ఇంట్లో తరతరాలుగా ఆరాధిస్తున్న శ్రీ విరాట్ విశ్వకర్మ విగ్రహాన్ని పూజా మందిరంలోనే ఒక మూలకి నెట్టి, అమ్మవారి విగ్రహాన్ని ముందుగా ఉంచి పూజించటం మొదలుపెట్టాడు. రోజూ ధూపదీప నైవేద్యాలతో పూజ చేయసాగాడు.

ఒకరోజు పూజలో పలురకాల తీపి పదార్థాలని నైవేద్యంగా సమర్పించాడు. అంతలోనే దారుశిల్పికి ఒక సందేహం కలిగింది. అమ్మవారి కంటే ముందుగానే శ్రీ

విరాట్ విశ్వకర్మ వచ్చి ఆ నైవేద్యాన్ని స్వీకరిస్తాడేమో! అని అనుమానం వచ్చింది. అంతనే విశ్వకర్మ ముఖంలోని నోటికి ఒక ప్లాస్టర్ అతికించాడు.

వెంటనే శ్రీ విరాట్ విశ్వకర్మ ప్రత్యక్షమైనాడు. దారుశిల్పి పరమాత్మ కాళ్ళపైన పడి క్షమించమని వేడుకున్నాడు.

తరతరాలుగా ఆరాధిస్తున్నా, ఎప్పుడూ కలగని భాగ్యం ఈ రోజు కలిగింది. నాపైన ఎందుకు కరుణ చూపించావయ్యా! అని శ్రీ విరాట్ విశ్వకర్మని అడిగాడు. అప్పుడు విశ్వకర్మ భగవానుడు - ''నువ్వు ఎప్పుడు పూజ చేసినా నన్ను లోహవిగ్రహంగానే భావించావు. కాని ఇప్పుడు నన్ను లోహ విగ్రహం అని అనుకోలేదు. నేను నైవేద్యం స్వీకరిస్తానని నా పైన సంపూర్ణ విశ్వాసం చూపావు. భక్తితో ఉన్నా వైరభావంతో ఉన్నా నాకు కావలిసింది నమ్మకం'' అని అన్నాడు.

ఆ దారుశిల్పి తన తప్పు తెలుసుకొని శ్రీ విరాట్ విశ్వకర్మతో పాటు అమ్మవారి విగ్రహాలను నిత్యం ఆరాధిస్తూ సత్ఫలితాలు పొందాడు.

నీతి

భగవంతుడిని నమ్మకంతో పూజించి సత్ఫలితాల్ని సాధించాలి.

11. ధనలక్ష్మి దేవత

ఒక గ్రామంలో మణిభద్ర అనే దారు శిల్పి ఉండేవాడు. నిత్యం ధనలక్ష్మి దేవత ధ్యానం తప్పని సరిగా చేసేవాడు. అతను యువకుడు, అందగాడు. రాత్రింబవళ్ళు కష్టపడి సంపాదించేవాడు. కష్టపడడమే తప్ప ధనం సంపాదించాలనే కోరిక ఉండేది కాదు. అతని మంచితనాన్ని, కష్టపడే తత్వాన్ని, నైపుణ్యాన్ని చూసి ధనలక్ష్మి దేవత ముచ్చటపడింది.. అతనికి సహాయం చెయ్యాలి అని అనుకున్నది.

ఒకరోజు అతని ముందు ప్రత్యక్షమై అతని ఇల్లంతా బంగారు ఇటుకలతో నింపింది. మణిభద్ర ఆశ్చర్యపోయినాడు. ఇంకా ఏంకావాలి నీకు అని అడిగింది ధనలక్ష్మి, "నేను రాజకుమార్తెను పెళ్ళాడాలి" అని అన్నాడు. మణిభద్ర, నీకేం భయంలేదు రాజు దగ్గరికి వెళ్ళి అడుగు నేనున్నాను అన్నది. ధనలక్ష్మి చెప్పినట్టుగా మణిభద్ర రాజుగారి దగ్గరికి వెళ్ళి, "మహరాజా! నాకు నీ కుమార్తెని ఇచ్చి పెళ్ళి చేయండి" అని అన్నాడు. మణిభద్రకు తన కుమార్తెని ఇచ్చి పెళ్ళిచేయడం రాజుగారికి ఏమాత్రం ఇష్టం లేదు. ధనలక్ష్మి సహాయం చేస్తున్న సంగతి రాజుగారికి తెలుసు, అందుకని మణిభద్రకు చేతగాని పనిచెప్పి తప్పించుకోవాలని, నాకు అభ్యంతరం లేదు

కాని చిన్న షరతు. నీకు ఒక పరీక్ష పెడతాను అందులో నీవు గెలిస్తే నా కూతుర్ని నీకు ఇచ్చి వివాహం చేస్తాను.

మహారాజా! మీరు పెట్టే ఏ పరీక్షకైనా సిద్ధంగా ఉన్నాను అన్నాడు మణిభద్రుడు. రాజుగారు చూడు బాబు! ఆ గదిలో పది పీపాల పానకం ఉంది. నీవు ఈ రోజులోగా అంతా తాగేస్తే తప్పకుండా నా కూతుర్ని ఇచ్చి పెళ్ళి చేస్తాను.

ఆ మాటలు వినేసరికి మణిభద్రుడి గుండెలు గుభేలుమన్నాయి. పది పీపాల పానకం ఒక్క రాత్రిలో ఎలా తాగాలి అని ధనలక్ష్మిని తలచు కున్నాడు. ధనలక్ష్మి మణిభద్ర ముందు ప్రత్యక్షమై ఆ పది పీపాల పానకం మాయం చేసింది.

మరుదినం రాజుగారు వచ్చిచూసి ఆశ్చర్యపోయారు. మరో పరీక్ష పెట్టారు. పది బియ్యం బస్తాల అన్నం ఒక్క పూటలో తినాలి అని అన్నాడు. ధనలక్ష్మి ఆ అన్నాన్ని కూడా మాయం చేసింది.

ఇక లాభం లేదని రాజుగారు ఇది చివరి పరీక్ష! నువ్వొక పడవను తయారుచెయ్యాలి. అది సముద్రము, భూమిపై ప్రయాణించగలగాలి. ధనలక్ష్మి సహాయం చేస్తా అన్నా మణిభద్రుడు వద్దు అని వారించాడు. తనే రాత్రింబవళ్ళు కష్టపడి నీటిలో నేలపై నడవగలిగే పడవను తయారుచేసాడు. ఆ పడవకు నేల మీద నడవటానికి చక్రాలు అమర్చాడు.

రాజుగారు మణిభద్ర శక్తియుక్తులను, నైపుణ్యాన్ని చూసి ఎంతో ఆశ్చర్యపడ్డాడు. సంతోషపడి తన కుమార్తెను అతనికి ఇచ్చి వివాహం చేసాడు. తన తదనంతరం మణిభద్రుడే ఆ దేశ రాజు అని ప్రకటించాడు.

నీతి

పట్టుదలతో కృషిచేసి దైవసహాయంతో ఏదైనా సాధించగలం.

12. బంగారు నగలు

విశ్వత ఆచార్య అనే దారు శిల్పి కొత్తగా ఒక గ్రామానికి వచ్చాడు. తన కుటుంబంతో అక్కడ నివసిస్తున్నాడు. ఒక రోజు తనకు కావలసిన కలప కోసం అడవిలోకి వెళ్ళాడు. తనకు నచ్చిన కలపకోసం అడవి అంతా తిరిగాడు. తను తెచ్చుకున్న భోజనం తినేసాడు, మంచి నీరు తాగాడు. సాయంత్రం అయ్యింది, తిరిగి ఇంటికి వెళ్దామని దారికోసం చూసాడు. దారి తప్పిపోయినట్లు నిర్ధారించుకున్నాడు. దారి కోసం తెగ తిరిగాడు. రాత్రి అయ్యింది. దారుశిల్పికి భయం వేసింది. ఒక చెట్టు ఎక్కి రెండు కొమ్మల మధ్య పడుకొని ఆ రాత్రి గడిపాడు.

సూర్యోదయం అయ్యాక నిద్రలేచి బయలుదేరాడు. ఎటు వెళ్లినా దారి కనిపించలేదు. మెల్లగా తూలుతూ ఎదురుగా ఉన్న పెద్ద మర్రిచెట్టు క్రిందకు చేరాడు. ఆ చెట్టునీడలో పడుకొని కళ్ళు మూసుకున్నాడు.

పది నిమిషాలు అయ్యాక మెల్లగా కళ్ళు తెరిచి చుట్టూ చూసాడు. చుట్టూ చెట్లు తప్ప ఏమి లేవు. ఎటుచూసిన చెట్లే, ఇంటి దగ్గర ఉన్న భార్య, పిల్లలు గుర్తుకొచ్చారు. ఒక్కసారిగా దారుశిల్పికి దుఃఖం పొంగిపొర్లింది. అంతలో ఆ చెట్టు ప్రక్కన ఒక సంచి కన్పించింది. ఎవరో అడవికి వచ్చి మర్చిపోయి ఉంటారు అని అనుకున్నాడు.

చెట్టుపైకి ఎక్కి కూర్చొని, ఆ సంచి విప్పి చూస్తే మెరిసిపోతూ నిండా బంగారు నగలు కన్పించాయి. "దేవుడా! నేను వీటిని ఏమిచేసుకోగలను. నాకు పిడికెడు భోజనం దొరికితే బాగుండు కదా!" అని అనుకున్నాడు.

ఇంతలో గుఱ్ఱం వస్తున్న చప్పుడు విన్పించింది. గుఱ్ఱం దిగి ఆ చెట్టు దగ్గరికి ఒక వ్యక్తి వచ్చాడు. అతను ఆ సంచిని చూసాడు దాని గురించి అడిగాడు. ఆ సంచి ఇక్కడ ఉంటే తీసుకున్నాను. ఇది నాదికాదు, నాకు పిడికెడు భోజనం చాలు అని విశ్వత ఆచార్య అన్నాడు.

ఆ వచ్చిన వ్యక్తి, నా పేరు ఆదిత్య ఆచార్య నేను స్వర్ణశిల్పిని, నగలు అమ్ముకుందామని ఇలా వెళ్తూ ఉండగా సంచి ఇక్కడ జారిపోయినట్లు ఉంది. అది నీకు దొరికింది అని అన్నాడు. మీరు మీ సంచిని తీసుకోండి, కొంచెం మీ దగ్గర భోజనం ఉంటే పెట్టండి అన్నాడు దారుశిల్పి. అదెంత భాగ్యం అని, తన సంచిలో ఉన్న జొన్న రొట్టెను, మంచి నీరుని దారుశిల్పికి ఇచ్చాడు. దారుశిల్పి తన ప్రాణాలు

కాపాడినందుకు కృతజ్ఞత చెప్పాడు. అప్పుడు స్వర్ణశిల్పి, దారుశిల్పిని తన గుఱ్ఱం మీద అతని ఊరిలో దింపి తన సంచిని తనకు ఇచ్చినందుకు కృతజ్ఞత తెలిపాడు. ఇద్దరూ కలసి ఆ దేవునికి కృతజ్ఞత తెలుపుకున్నారు.

నీతి

నిజాయితీ ఎల్లప్పుడూ సత్ఫలితాలను ఇస్తుంది.

13. అత్యాశ

విశ్వమయ ఆచార్య, లోకేషశర్మ ఇద్దరు మంచి స్నేహితులు. విశ్వమయ ఆచార్య దారుశిల్పి. లోకేష శర్మ పౌరోహితుడు. వారు ఇద్దరు పేదవారే. వారిద్దరు ఒకరోజు కలసి మాట్లాడుకొని ఆ ఊరి ధనవంతుడైన రైతు దగ్గరికి వెళ్ళి సహాయం అడుగుదామని అనుకున్నారు.

వారు ఇరువురు ధనవంతుడైన రైతు దగ్గరికి వెళ్ళి తమకు సహాయం చేయమని అడిగారు. ఆ రైతు కూడా మంచి వ్యక్తి, అవసరమైన వారికి సహాయంచేస్తూ ఉండేవాడు. అతనికి చాలా పొలం ఉంది.

ఆ రైతు వీరితో ఇలా అన్నాడు ‘‘మీలో ఒకరు ఉత్తరము వైపునకు వెళ్ళి ఉదయం 10 గంటల నుంచి సాయంకాలం 5 గంటల లోపు ఎంత దూరం నడిచివస్తారో ఆ స్థలాన్ని వారికి, అలానే మరొకరు దక్షిణానికి వెళ్ళి తిరిగిరావాలి’’. అందుకు ఇద్దరూ సమ్మతించారు.

వారు ఇరువురు వారికి చూపించిన దిక్కులో బయలుదేరారు, ముందుగా లోకేషశర్మ ఎక్కువ భూమిని తీసుకుందామని పరుగు లంకించుకున్నాడు. పిదప విశ్వమయ ఆచార్య మెల్లగా నడవటం ప్రారంభించాడు. విశ్వమయ ఆచార్య మెల్లగా

నడిచి అలసట లేకుండా 5 గంటలకు తిరిగి వచ్చాడు.

లోకేషశర్మ ఎంతకును ప్రారంభించిన స్థలానికి తిరిగి రాలేదు. ఒక అరగంట వేచిచూచి రైతు, విశ్వమయ ఆచార్య కలిసి ఎదురుగా నడుచుకుంటూ వెళ్ళారు. కొద్ది దూరము నడిచిన తరువాత లోకేషశర్మ భూమిపై పడిపోయి కన్పించాడు. విశ్వమయ ఆచార్య తను తెచ్చుకున్న ఆహారాన్ని విశ్రాంతిగా ఒక చెట్టు క్రిందకూర్చొని తిని బయలుదేరాడు. లోకేషశర్మ తను తెచ్చుకున్న ఆహారాన్ని భుజించడానికి సమయం వృధా అవుతుందని తలచాడు. అత్యాశకు పోయి తిరిగి రావలసిన స్థలానికి సమయానికి చేరలేకపోయాడు.

నీతి

దురాశ దుఃఖానికి చేటు.

14. హయగ్రీవ అవతారం

పూర్వం మధుకైటభ, హయగ్రీవాది రాక్షసులు ఉండేవారు. వారు బ్రహ్మను గురించి ఘోర తపంబు చేసి, వరములు పొందినారు. వారు వరాలు పొందిన గర్వముతో మునులను, దేవతలను, మానవులను బాధించు చుండిరి. వారి బాధలకు తాళలేక దేవతలు వైకుంఠము చేరి శ్రీ మహా విష్ణువుని శరణువేడిరి. అంతట మహావిష్ణువు "విశ్వకర్మ నిర్మితము, మహావీర్యవంతము, శక్తివంతమగు వైష్ణవ ధనస్సును" ధరించి ఆ రాక్షసులతో భీకర సంగ్రామమొనర్చెను. మధుకైటభాదులు సంహరింపబడిరి.

రాక్షస సంహారమొనర్చి అలసిపోయిన విష్ణువు విశ్రాంతిని పొందగోరి విల్లెక్కు పెట్టియె ఉంచి దానినే తలగడగా చేసుకొని నిద్రించుచుండెను. అంత దేవతలు వాసుదేవుని కానక వెతికి చివరకు యోగనిద్రలో ఉన్న విష్ణువుని కనుగొంటిరి.

నిద్రించుచున్న మహావిష్ణువుకి జాగ్రదావస్థ కల్గింపనిచో ప్రళయము సంభవింపగలదని దేవతలు ఆందోళన చెందిరి. రాక్షసులు విజృంభించి తమకు, విష్ణువుకు అపకారము చేయుదురేమో అని తలంచి బ్రహ్మదేవుని వద్దకు పోయి వేడుకొనిరి.

అంతట బ్రహ్మదేవుడు యోచించి, శ్రీహరి శయనించి ఆలంబన యొనర్చికొనియున్న వింటి యొక్క నారిని త్రెంచినచో, ఆ శబ్దమునకు మేల్కొనగలడని తలచెను. ఆ వింటినారిని కొరకుటకై కీటకమును ఒకదానిని సృష్టించెను. అంతట ఆ కీటకము బ్రహ్మదేవుని చూచి ఇలా పలికెను.

ఓ దేవా! భీకర సంగ్రామ మొనర్చి బడలికతో ఆదమరిచి నిద్రించుచున్న విష్ణువునికి నిద్రాభంగము ఒనర్చుట మహా పాతకము కాదా! తల్లి బిడ్డలను వేరు చేయటం, నిద్రాభంగము చేయటం, భార్యభర్తలను విడదీయటం ఇవన్నీ బ్రహ్మ హత్య పాతకములే కదా! అని దుఃఖించుచు కీటకము ఈ పనిని నాకెందుకు ఇచ్చితిరి అని వేడుకొనెను.

అంతట బ్రహ్మదేవుడు కీటకమును ఓదార్చి ''లోక కళ్యాణమునకు చేయు కీడు పాపహేతువు కాదని'' కీటకమును సమాధానపరిచెను. ఆ కీటకము వేగముగా వెళ్ళి వింటి నారిని తెగదెంచెను. నారి తెగుటతోడనే విల్లు బెట్టుచెడి భయంకర నాదము ఒనర్చుచూ పైకెగెరెను. ఆ శబ్దమునకు మూడు లోకములు దద్దరిల్లెను. భూమి విపరీతముగా కంపించెను. దిక్కులు ప్రతిధ్వనించెను. భయంకర నాదముతో పైకి ఎగురుచున్న వింటి యొక్క కొన విష్ణుదేవుని శిరస్సుని తాకుటచే శిరస్సు తెగి అజాన లోకమునందు పడిపోయెను. అజాన లోకము అనగా త్రిమూర్తుల లోకముల కన్నా పైనుండు పరబ్రహ్మ లోకము. అది చూచిన దేవతలు భయకంపితులై గడగడా వణికిరి. శిరము లేని దేవుడగు వాసుదేవునికి ప్రణామములు ఒనర్చి ఇలా పలికిరి.

ఓ దేవా! మాయాతీతుడవగు నిన్నే మాయ హరించెనా? యక్షరాక్షస దైత్యాదులలో ఇప్పటివరకు ఇంతటి దారుణము ఎవ్వరు చేసియుండరు. నీ అనుచరులమైన దేవతలమే నీ శిరస్సును తెగవేసితిమి. ఈ పాపమునకు నిష్కృతి ఏమి? అని విలపించుచూ, ఆదిశక్తి యగు పరమేశ్వరి దగ్గరికి చేరి విన్నవించుకొనిరి.

అప్పుడు పార్వతీ దేవి మీరు విలపించకండి. ఇలాంటి సంఘటనలు విధి విలాసము కొరకు జరుగుచుండును. కావున చింతమాని తగు ఉపాయము ఆలోచించెదము. విష్ణువు శిరస్సు ఎక్కడ ఉన్నదో నాకు తెలియటం లేదు. విపత్తుల నుండి ఉద్ధరించి, శుభములు కలుగజేయు పరాత్పరుడగు "విశ్వకర్మ భగవానుని" ప్రార్థించుటయే శరణ్యము .అందరికంటే శక్తిమంతుడు, అంతులేని శక్తులు కలవాడు, ధీశాలియగు ఆ దేవదేవుని ప్రార్థింపుడు. అనగానే దేవతలంతా భక్తియుక్తులతో ఇలా విశ్వకర్మ భగవానుని ప్రార్థించిరి.

"విశ్వ సంసార బీజాయ నమస్తే విశ్వ మూర్తయే విశ్వాయ విశ్వరూపాయ విశ్వకర్మనమోస్తుతే" విశేష బుద్ధిశాలియగు ఆ విశ్వకర్మ దేవతలకు ప్రత్యక్షము అయ్యెను. దేవతలందరు విశ్వకర్మతో "స్వామీ!" ఈ విష్ణువుని శిరస్సుతో కూడిన వానిగా చేయుడని యాచించిరి. అప్పుడు విశ్వకర్మ ఇలా పలికెను.

ఈ కార్యము ఇట్లా జరుగుటకు కారణము వేరుగాయున్నది. ఒకనాడు వైకుంఠమున లక్ష్మీదేవి పాదములు ఒత్తుచుండ శేషశయ్యపై పవళించి యున్న మహా విష్ణువు క్రీగంట లక్ష్మీదేవిని చూచి వెకిలిగా నవ్వెను. అంతట లక్ష్మీదేవి హరిని గాంచి స్వామి! నన్ను చూచి మీరెలా నవ్వితిరి. నేనేమైనా కుచేష్టలు చేయుచుంటినా? సౌందర్యవతియగు ఒక సుందరిని పొంద గోరినారా! నేను చంచల స్వభావినని పరిహాసము చేయుచుంటిరా! కారణమేమియో సెలవివ్వండి. అని ఎంతగా ప్రశ్నించిననూ సమాధానము ఇవ్వక నవ్వుచున్న హరి నిర్లక్ష్య వైఖరిని సహించలేక లక్ష్మీదేవి కోపంబున మాధవా! ఆదిదేవుడన్న అహంకారమున నన్నుచూచి అవహేళనగా అశ్వము వలె సకిలించుచున్న నీవు అశ్వముఖుడవు అవుదువుగాక! అని శపించెను.

ఈ అనుకోని సంఘటనకు వైకుంఠ వాసులెల్లరూ భయభ్రాంతులయ్యిరి. లక్ష్మీదేవియు తన తప్పును తెలుసుకొని హరి పాదములపై పడి విలపించసాగెను. అంత నారాయణుడు, లక్ష్మీదేవిని లాలించి ఇలా పలికెను. లక్ష్మీ! చింతించకు, ఇందునీ తప్పు ఏమి లేదు. సర్వము కాలాధీనము. నీవు పరికరము మాత్రమే. కారణము వేరున్నది. ఈనాటి నీ శాపము భవిష్యత్తులో దుష్ట శిక్షణకై ఉపయోగపడగలదు.

ఆ శాప ఫలమున వింటినారిచే ఖండింపబడిన విష్ణువు శిరస్సు అదృశ్యమైనది అని విశ్వకర్మ దేవతలకు చెప్పెను. శివుడు, బ్రహ్మ, ఇంద్రుడు, సూర్యుడు అందరు దేవతలు విశ్వకర్మ తో ఈ విధముగా పలికిరి. తండ్రీ! నీవు అపరిమితమైన శక్తి కలవాడవు. మీరు మాకు ఒసంగిన శక్తిచే మా కార్యక్రమాలను నిర్వహించుచున్నాము. మేము కొన్ని కార్యాలనే చేయగలము. మీరు అన్ని కార్యాలను చేయగలరు.

పంచముఖ విశ్వకర్మ అప్పుడు ఇలా పలికెను. హయగ్రీవుడను రాక్షసుడు అశ్వముఖము గలవాడు. మాయ తంత్రజ్ఞుడు. అఖండ తపస్సు చేసి తనవలె అశ్వముఖుడగు మహావీరునిచే తాను సంహరింపబడునట్లు బ్రహ్మదేవునిచే వరము పొందెను. ఆ వరప్రభావముచే అజేయుడై, అరణ్య నివాస జనములను ఘోరముగా హింసించుచున్నాడు. ఆ హయగ్రీవుని సంహరింపగల సమర్థుడు మహావిష్ణువే. పంచముఖ విశ్వకర్మ, తెగిపడి ఉన్న అశ్వముఖుడైన గంధర్వుని శిరస్సుని విష్ణువు యొక్క మొండెమునకు అతికించి పంచప్రాణములను ఆయా స్థానములో నిలిపెను. హయగ్రీవుడని నామకరణము ఒనర్చెను.

నీతి

పరమాత్మ అన్ని కార్యములను చేయగలడు.

15. జ్ఞానోదయం

ఒక చిన్న పట్టణంలో విపరీతంగా వర్షాలుపడి, వరద నీరు వచ్చిచేరుతుంది. వరద నీరు పెరుగుతూ ఉండటంతో ప్రతి ఒక్కరూ ఆ ప్రాంతాన్ని వదిలి వెళ్లిపోవడం మొదలుపెట్టారు. ఒక వ్యక్తి మాత్రం, నేను ఈ పట్టణాన్ని వదిలివెళ్ళను. నాకు భగవంతునిపై నమ్మకం ఉంది, నన్ను ఆ భగవంతుడే కాపాడుతాడు అని ఆ పట్టణంలోనే ఉన్నాడు.

వరద ఉధృతి మరీ పెరగసాగింది. ఇంతలో ఒక వాహనం అక్కడికి వచ్చింది. ఆ వాహనం ఇక్కడ మనుషులను సురక్షిత ప్రాంతానికి చేర్చడానికి అని చెప్పారు. అందరూ ఆ వాహనంలోకి ఎక్కడం ప్రారంభించారు. ఈ వ్యక్తి మాత్రం నాకు భగవంతునిపై నమ్మకం ఉంది, నన్ను ఆ భగవంతుడే కాపాడుతాడు, నేను ఎక్కడికి రాను అని చెప్పాడు.

సమయం గడిచేకొద్ది వరద ఉధృతి పెరుగుతూనే ఉంది. ఈ వ్యక్తి ఒక ఇంటి రెండోఅంతస్తు ఎక్కి కూర్చున్నాడు. ఇంతలో ఒక పడవ వచ్చింది. నీవు ఈ పడవనెక్కు నేను సురక్షిత ప్రాంతానికి చేర్చుతా అని ఆ వ్యక్తిని అడిగాడు. మళ్ళీ ఆ వ్యక్తి నాకు భగవంతునిపై నమ్మకం ఉంది, నన్ను ఆ భగవంతుడే కాపాడుతాడు అని అన్నాడు.

వరద ఉధృతి మరీపెరగటంతో ఈ వ్యక్తి ఆ భవనం మీది చివరి అంతస్తుపైకి వెళ్లి కూర్చున్నాడు. ఇంతలో ఒక హెలికాప్టర్ వచ్చి ఆ భవనం మీద నిల్చుంది. హెలికాప్టర్ పైలట్ అడిగాడు ఈ హెలికాప్టర్ ఎక్కు నిన్ను సురక్షిత ప్రాంతానికి తీసుకెళ్తాను. దానికి ఆ వ్యక్తి మళ్ళీ కూడా నాకు భగవంతునిపై నమ్మకం ఉంది, నన్ను ఆ భగవంతుడే కాపాడుతాడు నేను రాను అని అన్నాడు. అంతలో హెలికాప్టర్లోని పైలట్ ఇలా అన్నాడు. నీవు నమ్ముకున్న భగవంతుడే నిన్ను రక్షించమని నన్ను పంపించాడు. ఈ హెలికాప్టర్లో కూర్చో నిన్ను సురక్షిత ప్రాంతానికి తీసుకెళ్తా అని అన్నాడు. నీవు గుర్తించావో లేవో వాహనం తెచ్చింది, పడవ తెచ్చింది, చివరికి హెలికాప్టర్ తెచ్చింది నేనే. అప్పటికి ఆ వ్యక్తి జ్ఞానోదయం అయ్యి హెలికాప్టర్ ఎక్కి కూర్చున్నాడు, సురక్షిత ప్రాంతానికి చేర్చబడ్డాడు.

నీతి

భగవంతుడు ఇచ్చిన అవకాశాన్ని వినియోగించుకోవాలి.

16. గర్విష్టి

అనగనగా శ్రీపురం అనే దేశం, ఆ దేశంలో రావణ దీక్షితులు అనే పండితుడు ఉండేవాడు. పొరుగునే భావపురి అనే దేశం ఉంది, ఆ దేశంలో జ్ఞానభద్ర ఆచార్య అనే పండితుడు ఉండేవాడు. ఆ దేశపురాజు చాలా మంచివాడు, పండితులు అంటే ఆయనకి ఇష్టం. పొరుగు దేశం నుంచి వచ్చిన పండితుడు తన ఆస్థాన పండితులతో పోటిచేసి గెలిస్తే బహుమతిగా చాలా బంగారు నాణాలు ఇచ్చేవాడు.

రావణదీక్షితులు ఎలాగైనా సరే జ్ఞానభద్ర ఆచార్యని ఓడించి, ఆ దేశపు రాజు నుంచి మంచి బహుమతులు సంపాదించాలనే కోరిక కల్గింది. రావణ దీక్షితులు భావపురి బయలుదేరాడు. భావపురి దగ్గర పడుతుండగా ఆయనకి ఒక కుర్రవాడు ఎదురుపడ్డాడు. రావణ దీక్షితులను చూసి, ఈయన ఎవరో కాని ఊరికి కొత్తవారిలా ఉన్నారు అని అనుకున్నాడు. వెంటనే ''స్వామీ! నమస్కారం మీరెవరో కొత్తవారిలా ఉన్నారు. ఎంత వరకు మీ ప్రయాణం'' అని వినయంగా ప్రశ్నించాడు.

''నేను సకల వేదాలు, శాస్త్రాలు, ఉపనిషత్తులు ఔపోసన పట్టిన ఉద్దండ పండితుడిని. నా పేరు రావణ దీక్షితులు, మీ భావపురి దేశంలో ఉన్న జ్ఞానభద్ర ఆచార్యని ఓడించడానికి వస్తున్నాను'' అని జవాబు ఇచ్చాడు. ''అలాగా! మంచిది

స్వామి! నేనొక చిన్న ప్రశ్న వేస్తాను, జవాబు చెప్పగలరా!'', అని అడిగాడు ఆ కుర్రవాడు.

''ముందే చెప్పాను కదా! నేనెంతో పెద్ద పండితుడిని అని, ఏ ప్రశ్నకైనా క్షణంలో సమాధానం చెప్పగలను'', అని అన్నాడు రావణ దీక్షితుడు.

అలాగే స్వామి! అంటూ రావణ దీక్షితులు చూస్తుండగానే నేలమీదకి వంగి తన కుడిచేతి నిండా ఇసుక తీసుకున్నాడు కుర్రవాడు. ''స్వామి! ఈ ఇసుక రేణువుల పరిమాణం ఎంత?'' అని అడిగాడు. ఇసుక రేణువులు ఎలా లెక్కించగలను ఇది తనకు సాధ్యమేనా! అని ఆలోచనలో పడ్డాడు దీక్షితులు. కాసేపటి తర్వాత కుర్రవాడు ''స్వామి! నా ప్రశ్నకు సమాధానం చెప్పేరు కాదు'', అని మళ్ళీ ప్రశ్నించాడు. అందులకు దీక్షితులు, నీవే చెప్పవయ్యా! అన్నాడు ఆ కుర్రవాణ్ణి.

''ఒక పిడికిలిలో ఉన్న ఇసుకను, పిడికెడు ఇసుక అంటారు, అని చెప్పలేని మీరు జ్ఞానభద్ర ఆచార్య పండితుడిని ఓడించడానికి వెళ్తున్నారు'', అని ఎగతాళిగా నవ్వుతూ

పిడికిలిలోని ఇసుకని కింద పడేసి వెళ్లబోయాడు. ''ఇంతకీ నీ పేరేంటి? నీవెవరు?'' అని అడిగాడు దీక్షితులు. నా పేరు భద్రదత్త ఆచార్య, నేను జ్ఞానభద్ర ఆచార్య పుత్రుడిని, అని చెప్పాడు తాపీగా. ఈ పిల్లవాడి ప్రశ్నకి సమాధానం చెప్పలేని నేను వీరి తండ్రిని ఎలా ఓడించగలను అని తన దేశానికి వెనుదిరిగాడు రావణ దీక్షితులు.

నీతి

గర్వాన్ని వొదిలిపెట్టండి.

17. కృతజ్ఞత

వామదేవ ఆచార్య అనే పేద విద్యార్థి ఇంటింటికి తిరిగి రకరకాల వస్తువులు అమ్మి ఆ డబ్బుతో పాఠశాలకు వెళ్ళి చదువు నేర్చుకుంటున్నాడు. ఎండాకాలంలో ఒకరోజు స్కూలు నుండి వచ్చే సమయంలో తనకు చాలా నీరసం అనిపించింది. అలసటగా ఉంది అని రోడ్డు ప్రక్కన ఉన్న ఇంటికి వెళ్ళి తలుపు తట్టారు. తలుపు తీసుకొని బయటకు వచ్చిన యువతి ఆ విద్యార్థిని చూసి ఏం కావాలి? అన్నట్లుగా చూసింది. అతని వాలకం చూసి చాలా ఆకలితో ఉన్నాడని అర్థం చేసుకుంది. ఆ విద్యార్థి "కొంచెం మంచి నీరు ఇస్తారా!" అని అడిగాడు. ఆ అమ్మాయి ఇంటిలోనికి వెళ్ళి పెద్ద గ్లాసుతో పాలు తెచ్చి ఆ అబ్బాయికి ఇచ్చింది.

ఆ విద్యార్థి తన కళ్ళతో కృతజ్ఞత చూపుతూ ఆ పాలను మెల్లగా తాగాడు. ఇంతలో గాయత్రీ! ఏం చేస్తున్నావు? అని వాళ్ళ అమ్మ పిలుపు వినిపించింది. ఆ విద్యార్థి తన మనసులో ఈ అక్క పేరు గాయత్రి అన్నమాట అనుకున్నాడు.

చాలా ధన్యవాదాలు అక్కా, నా పరిస్థితి చూసి నాకు పాలు ఇచ్చారు అని చెప్పి అక్కడ నుండి వెళ్ళిపోయినాడు.

30 సంవత్సరాల కాలం గడిచిపోయింది. గాయత్రికి అరుదైన గుండె జబ్బు వచ్చింది. ఎంతమంది వైద్యులకు చూపించినా నయం కాలేదు. చివరకు ఆచార్య అను పేరుగల ఆసుపత్రిలో చికిత్స కోసం చేరింది. ఆ ఆసుపత్రిలో వామదేవ ఆచార్య అను గుండె నిపుణుడు, మంచి పేరు ఉన్న వైద్యుడు ఈమెను పరీక్షించాడు. వైద్యుడు ఈమెను గుర్తుపట్టాడు. 20 రోజులలో ఆమె జబ్బును పూర్తిగా నయం చేసాడు.

ఆ రోజు ఆమె ఆసుపత్రి నుండి వెళ్లిపోవలసిన రోజు. గాయత్రి ఇంత పెద్ద ఆసుపత్రిలో ఇన్ని రోజుల చికిత్సకు ఎంత పెద్ద డబ్బు చెల్లించ వలసి వస్తోందో అని దిగులు చెందుతూ ఉంది.

అక్కడ ఉన్న బిల్లు తెచ్చే అబ్బాయి, బిల్లు కవరు తెచ్చి అందించాడు. ఆమె భయం భయంగా ఆ కవరు తీసి చూసింది.

ఆ బిల్లులో ఉన్న మొత్తం ఫీజు కొట్టివేయబడి ఉంది. దాని కింద ఇలా వ్రాసి ఉంది "ఈ బిల్లును మీరు కొన్ని సంవత్సరాల కిందట ఒక గ్లాసు పాల రూపంలో చెల్లించారు" ఇట్లు వామదేవ ఆచార్య.

నీతి

మనం చేసిన మంచి కర్మ ఏనాటికైనా మంచి ఫలితాన్ని ఇస్తుంది.

18.యువరాజు వివేకం

చోళ మహారాజుకు దేవభద్ర అనే కుమారుడు ఉన్నాడు. దేవభద్రుడు నెమ్మదిగా, అమాయకంగా కనిపించేవాడు. చురుకుదనం అంతగా లేదు, రాజకుమారుడు అలా ఉంటే భవిష్యత్తులో రాజ్యపాలన ఎలా చేయగలడు అనే దిగులు పట్టుకుంది రాజుగారికి. అందుకని తన దగ్గర ఉన్న వృద్ధ మంత్రితో తమ దేశంలో ఉన్న గొప్ప పండితులను పిలిపించి తన కుమారుడికి విద్యాబుద్ధులు నేర్పించమన్నాడు.

ఆ వృద్ధ మంత్రి తమ దేశంలో ఉన్న గొప్ప వేద పండితులను పిలిపించి రాజుగారి దగ్గరకి తీసుకొని వెళ్ళాడు. ఈ పండితులు ఎన్నో శాస్త్రాలు చదువుకున్నారు. వీరి వద్ద దేవభద్రుడు విద్యను నేర్చుకుంటే రాజ్యపాలన చేయగలిగే సామర్థ్యం వస్తుంది. వచ్చిన పండితులు రాజుగారితో దేవభద్రుడుని తమతో పాటు పంపించమని అడిగారు. అందుకు రాజుగారు అంగీకరించారు. దేవభద్రుడు ఆ పండితులతో వెళ్ళి సకల విద్యలను క్షుణ్ణంగా నేర్చుకున్నాడు. భవిష్యత్తుకు సంబంధించిన జ్ఞానాన్ని కూడా సంపాదించాడు.

ఒక సంవత్సరం తర్వాత వేద పండిత గురువులు దేవభద్రుడుని రాజుగారి దగ్గరకు తీసుకొని వచ్చారు. రాజుగారు మాకు తెలిసిన విద్యలన్నియు భవిష్యత్తుకు సంబంధించిన విజ్ఞానాన్ని రాజకుమారునికి నేర్పించాము. మీరు పరీక్షించండి.

రాజుగారు తన కుమారుడిని ఎన్నో ప్రశ్నలు వేశారు. దేవభద్రుడు అన్నిటికీ తడుముకోకుండా సమాధానాలు చెప్పాడు. రాజుగారు ఎంతో సంతోషించి పండితులను సత్కరించి పంపించారు. మంత్రిగారు రాకుమారా! నీకు నేను ఒక పరీక్ష పెడతాను, అందులో కూడా నువ్వు గెలిస్తే, నేను సంతోషిస్తాను అని అన్నాడు. అందుకు రాజకుమారుడు సరే అన్నాడు.

మంత్రి సభను ఏర్పాటు చేసాడు. మంత్రి లోపల గదిలోకి వెళ్ళి గుప్పెట్లో ఏదో పట్టుకొని వచ్చి రాకుమారా! నా గుప్పెట్లో ఏముందో చెప్పు అన్నాడు. దేవభద్రుడు తడుముకోకుండా మీ గుప్పెట్లో ఉంగరము ఉంది అని అన్నాడు. సభలోని వారంతా

ఆశ్చర్యపోయారు. ఎలా చెప్పగలిగారు యువరాజా! అని అడిగారు. మంత్రిగారు దీనిలో ఏమి గొప్పలేదు, మీరు గదిలోకి వెళ్ళే ముందు మీ చేతికి ఉంగరము ఉన్నది. గదిలోకి వెళ్ళి మీరు వచ్చి గుప్పిట చూపించినప్పుడు అది మీ వేలికి లేదు. ''పరిశీలన'' అనే జ్ఞానం ఉంటే భవిష్యత్తును కనిపెట్టగల నేర్పు వస్తుంది.

మహారాజా! యువరాజుగారికి భవిష్యత్తుని కనిపెట్టగల నేర్పు సంపూర్ణంగా ఉంది. అన్ని విద్యలను నేర్చుకున్నాడు. వివేకాన్ని సంపాదించాడు. రాజ్యపాలకుడిగా అన్ని అర్హతలను పొందాడు. అది విన్న మహారాజు మహా ఆనందాన్ని పొందాడు.

నీతి

కృషితో దేన్నైనా సాధించగలము.

19. అహంకారం

దీక్షితులు అనే పురోహితుడు ఒక పెద్ద గ్రామంలో నివసిస్తుండేవాడు. తనతో పాటు తన శిష్యుణ్ణి పౌరోహిత కార్యక్రమానికి తీసుకెళ్తూ ఉండేవాడు. దీక్షితులు సహజంగా మంచివాడే కాని అహంకారం మెండు. ఎప్పుడు పౌరోహిత కార్యక్రమానికి ఏ గ్రామం వెళ్ళినా తన గురించి చాలా సేపు గొప్పగా చెప్పుకునేవాడు. అది ఆ శిష్యుడికి నచ్చేదికాదు. ఎలాగైనా తన గురువుగారి ఈ చెడు లక్షణాన్ని దూరం చేయాలని అనుకున్నాడు శిష్యుడు.

గురువుగారు! మన గ్రామానికి దగ్గరలో ఉన్న బాపట్ల పట్టణంలో అందరూ తెలివైనవారు అని ఒక ప్రచారం ఉంది. మనకు ఇంతవరకు ఎలాంటి కార్యక్రమాలు అక్కడ దొరకలేదు. మనం ఒకసారి అక్కడికి వెళ్ళి మీ తెలివితేటలు ప్రదర్శిస్తే మీ గొప్పతనం అక్కడికి కూడా విస్తరిస్తుంది. గురువుగారు అందుకు సమ్మతించారు.

దీక్షితులుగారు శిష్యుణ్ణి వెంటపెట్టుకొని బాపట్ల బయలుదేరాడు. మార్గమధ్యంలో ఒక యువకుడు ఎదురుపడ్డాడు. శిష్యుడు గురువుగారితో ఈ అబ్బాయిని ప్రశ్నలడిగి సమాధానాలు రాబట్టండి. మీ తెలివితేటలు ప్రదర్శనమౌతాయి అని అన్నాడు. దానికి గురువుగారు సరే అని, ఆ యువకుడిని పిలిచాడు.

ఆ యువకుడు, ఏం కావాలి? ఎవరు మీరు? ఇక్కడికి ఎందుకు వచ్చారు? అని ప్రశ్నించాడు. అందుకు ముందుగా శిష్యుడు మా గురువు గారు తెలివితేటలు ప్రదర్శించడానికి వచ్చారు. మా గురువుగారు అన్నిటికి సమాధానం చెప్తారు. అందుకు ఆ యువకుడు నేను పండితుడిని కాను, నా పేరు విశ్వదత్త ఆచార్య, నేను స్వర్ణ శిల్పిని. మీరు ఇంతగా అడుగుతున్నారు కాబట్టి మూడు ప్రశ్నలు సంధిస్తాను. దానికి మీ గురువుగారిని సమాధానం చెప్పమనండి.

నా మొదటి ప్రశ్న - సృష్టిలో అన్నిటికన్నా వేగవంతమైనది ఏది? కాంతిపుంజం అని సమాధానం వచ్చింది.

రెండవ ప్రశ్న - విలువైన జలము ఏది? గంగాజలం అని టక్కున సమాధానం చెప్పారు గురువుగారు.

ముచ్చటగా మూడో ప్రశ్న- అన్నిటికన్నా ఉత్తమమైన పాన్పు ఏది? మంచి చందనంతో చేసిన పాన్పు.

ఈ సమాధానాలు విన్న స్వర్ణశిల్పి విరగబడి నవ్వడం ప్రారంభించాడు. ఎందుకు నవ్వుతున్నావ్! అని గద్దించాడు దీక్షితులు. మీరు చెప్పినవి తప్పుడు సమాధానాలు. మరి నీ సమాధానం ఏమిటి అని అడిగాడు దీక్షితుడు.

అందుకు స్వర్ణ శిల్పి ఇలా చెప్పాడు. అన్నిటికంటే వేగమైనది - మనసు, విలువైన జలం - ఎడారిలో దొరికే జలం, ఉత్తమమైన పాన్పు - అమ్మ ఒడి.

అంతటితో దీక్షితులు తన తెలివితక్కువ తనానికి సిగ్గుపడుతూ ఊళ్లోకి వెళ్ళకుండానే వెనుదిరిగాడు.

నీతి

ఎవరి సామర్థ్యాన్ని తక్కువగా అంచనా వేయవద్దు.

20. తీర్పుగంట

పూర్వం భావపురి రాజ్యాన్ని వినయవర్మ అనే రాజు పరిపాలిస్తూ ఉండేవాడు. రాజు మంచివాడే కాని కొంచెం మూర్ఖత్వం ఉంది. తన తాత ముత్తాతలనుంచి కోట ముందు తీర్పుగంట ఉండేది. ఏమైనా సమస్య ఉన్న ప్రజలు వచ్చి ఆ గంటను మోగిస్తే - రాజుగారు వారి కష్టాలను తెలుసుకొని, వారి కష్టాలను పరిష్కరించేవాడు. ఈ విధానం వినయవర్మ రాజు కాలంలో కూడా కొనసాగుతూవచ్చింది.

ఒకసారి రాజ్యంలో గాలి, దుమ్ము, సుడిగాలులు విపరీతంగా వీచాయి. కోట ముందు సుడిగాలులు తిరుగుతూ పైకి లేచాయి. అప్పుడు ఆ గాలి పీడనానికి అనుకోకుండా తీర్పుగంట మోగింది. అది రాజు గారి చెవిన పడింది.

భటులను పంపి ఆ గంట ఎవరు మోగించారో తెలుసుకొని రమ్మన్నాడు. భటులు వెళ్లిచూసారు అక్కడ ఎవరూ కనిపించలేదు. సుడిగాలుల వల్ల గంట మ్రోగినట్లు అర్థం అయ్యింది. ఆ విషయాన్ని భటులు రాజు గారికి చెప్పారు.

రాజుగారు వెంటనే సభను కొలువుదీర్చాడు. తన పరివారానికి విషయం చెప్పాడు. గాలికి ఏదో సమస్య వచ్చినది. అందుకే అది వచ్చి తీర్పు గంటకొట్టింది. కాని దాని సమస్య ఏంటో చెప్పకుండానే వెళ్ళిపోయింది. మీ అందరికి 3 రోజుల

గడువు ఇస్తున్నాను. అదేంటో కనిపెట్టండి, లేకుంటే మీకు శిక్ష తప్పదు అని చెప్పాడు రాజు.

3 రోజుల గడువు పూర్తయ్యింది. రాజు సమావేశం ఏర్పాటుచేసి ఒక్కొకర్ని పిలిచి "గాలికి వచ్చిన సమస్య ఏంటో? తెలుసుకున్నారా!", అని అడిగాడు. ఏ ఒక్కరూ సమాధానం చెప్పలేకపోయారు.

చివరికి మంత్రి జ్ఞానభద్ర ఆచార్య వంతు వచ్చింది, ఆ మంత్రి చాలా తెలివైనవాడు. ఇలా చెప్పాడు "మహారాజా! నేను గాలిని అడిగాను. నిజానికి దానికి ఏ సమస్య లేదట కాని ప్రజలు గతంలో చెప్పుకున్న సమస్యలు కొన్ని గంటకు వేలాడుతున్నాయట. మీ చక్కని పరిపాలనలో సమస్యలు అలా గంటకు వేలాడటం గాలికి నచ్చలేదట. అందుకే ఆ సమస్యలన్నిటిని తనతోపాటు తీసుకెళ్లిందట. మీకు అప్పుడే చెప్పిందట మహాజ్ఞానులైన మీకు ఈ విషయం తెలిసినా మాకు పరీక్ష పెట్టారని గాలి నాకు చెప్పింది."

ఈ సమాధానంతో రాజు వినయవర్మ సంతోషానికి అంతులేదు. నిజానికి ఇందులో వాస్తవమే లేదు, అంతా అబద్ధమే - మూర్ఖుడైన రాజు వల్ల ఏ ఇబ్బంది వస్తుందో అని జ్ఞానభద్ర మంత్రి ఇలా చెప్పవలసి వచ్చింది. సభలోని వారంతా హాయిగా గాలి పీల్చుకొని, జ్ఞానభద్ర ఆచార్యునికి మనసులో కృతజ్ఞత చెప్పుకున్నారు.

నీతి

అపాయాన్ని ఉపాయంతో తప్పించుకోవచ్చు.

21. పరిష్కారం

కైలాస గిరి యందు పార్వతీ సమేతుడై నిండు కొలువులో కొలువున్న వరమేశ్వరుడు సభాసదులైన ఇంద్ర, అగ్ని, యమ, నైఋతి, వరుణ, వాయు, కుబేరుడు, రాక్షసులు, యక్షులు, దేవతలు, మునులను చూచి ఇట్లు అనెను. మీరు విచక్షణతో చూచిన యక్షులు, దేవతలు, సిద్ధులు, బ్రహ్మ, విష్ణువుల కన్నా లోకమున గల ఎల్ల స్త్రీ పురుషులలో ''నేనే చక్కని వాడను కదా'' అని పలికెను.

ఆ వాక్యములను ఇంద్రాది దేవతలు, ముని బృందములు విని యూరకుండిరి. అంత పార్వతి దేవి సభికులనెల్ల కలయచూచి చిరునగవున శివుని వైపు తిరిగి పరమేశ్వరా! ఏమంటిరి ఏమంటిరి లోకమున అందరి కన్నా మీరే సుందరులా? నేను లేనిచోట మీ మాటలు చెల్లును, కాని నేనున్న సభలో మీ ఎదుట నేనుండగా మీనోట ఆ మాట ఎలా వచ్చినది.

కాకి అందమైనది అని చెప్పగా వింటిమా! అట్లే శివుడు చెప్పిన మాట చెల్లునా? నన్ను హృదయమున మరచితిరా.

త్రిపురసుందరినని కదా! నన్ను పెళ్ళాడితిరి. శివరంజని అని కదా శరీరమున సగమొసంగితిరి. ఇంతేలా! ఇందున్న అందరి కన్నను, నీకన్నను నేనే చక్కని దానను,

వారిలో వారు వాగ్వాదములు ఆడుకొంటిరి. వారు సభికులను చూచి ఈ సమస్యను పరిష్కరించవలసిందిగా కోరితిరి. మా ఇద్దరిలో ఎవరు రూపవంతులో నిష్పక్షపాతముగా చెప్పుడు. మీ నిర్ణయమును మేము అంగీకరింతుము అని పలికిరి.

అది గని దేవతలు, మునులు ఆశ్చర్యపడి మాట్లాడక మిన్నకుంటిరి. ఇంద్రుడు అగ్నివైపు చూచెను. అగ్ని యముని వైపు చూచెను. యముడు నైఋతి వైపు చూచెను. నైఋతి వరుణుని చూచెను. వరుణుడు కుబేరున్ని చూచెను. కుబేరుడు వాయు దేవునిపై దృష్టి సారించెను. వాయువు మునులపై మెల్లగా వీచెను. మహర్షులందరు గడ్డాలలో వ్రేళ్లు జొప్పించి దీర్ఘాలోచనలో మునిగిరి.

భయము వలన ఇంద్రుడు వేయి కన్నులు తెరిచెను. అగ్ని మంటగా మారెను. యముడు ధర్మరాజు అయ్యెను. మునులు నోరు మూసుకొని మౌనము పాటించిరి. వాయువు అటు ఇటు పరిగెత్తెను. అందరు విచిత్రముగా చూచుచుండిరి.

శివుడే చక్కని వాడన్న పార్వతి మనలను క్షమించదు. పార్వతియే చక్కనిదన్న శివుడు అంగీకరించడు. ఎట్లు చెప్పినను తప్పు మనమీదకే వచ్చును. వీరికి ''ఇంత పంతమెందులకు''.

''ఆలు మగల మధ్య మధ్యవర్తిత్వము అడకత్తెరలో పోకచెక్క వంటిది కదా! ఈ పార్వతీ పరమేశ్వరులలో మనము ఎవరిని మెచ్చుకున్నను ఉపద్రవము తప్పదు. ఈ గండము నుండి తప్పించు కొనవలెనన్న పరాత్పరుడైన శ్రీవిరాట్ విశ్వకర్మ భగవానుడే శరణ్యము. కావున ఆ దైవజ్ఞుని గూర్చి ప్రార్థించెదము.

దేవ దానవ జీవ నిర్మాణ చతురా! దైవజ్ఞ! ఆ ఘటనా ఘటన సమర్థా ఆదిపురుషా! ఆదిదేవా! వేదదేవా! శరణు శరణు అని శ్రీ విరాట్ విశ్వకర్మను గురించి ప్రార్థించిరి.

అంతట శ్రీ విరాట్ విశ్వకర్మ పరివారముతో కలిసి ప్రత్యక్షమాయెను. పంచ మహా వాద్యములు ఆకాశము ప్రతిధ్వనించునట్లు మ్రోగెను. శ్రీ విరాట్ విశ్వకర్మ శివుని ఎదుటకు రాగానే శివుడు లేచి అర్ఘ్యపాన్యాదులిచ్చి తన చెంతనున్న సింహాసమున కూర్చుండజేసెను. శ్రీ విరాట్ విశ్వకర్మ తన మనో సంకల్పముతో అద్దాలమేడను సృషించెను. శివ పార్వతులను అద్దాల మేడలోకి వెళ్ళి వచ్చిన తరువాత మీలో రూపవంతులు ఎవరో చెప్పవలెను అని విరాట్ విశ్వకర్మ చెప్పెను.

శివ పార్వతులిరువురు తమ అందచందాలను అద్దాలలో చూసుకొని వారిరువురు రూపవంతులేనని అంగీకారానికొచ్చి సంతోషముతో శ్రీ విరాట్ విశ్వకర్మ ముందు నిలబడిరి. శ్రీ విరాట్ విశ్వకర్మ శివున్ని "లోకమున ఘనుడవు అవుదువు" అని దీవించెను. పార్వతీదేవి శ్రీ విరాట్ విశ్వకర్మ భగవానుడితో మీ వంశస్థుల ఇళ్ళలో నివసించి వారికి సుఖ సంతోషాలను సమకూర్చెదను. ఎవరైనా మీ వారిని అవమాన పరిస్తే కాళికాదేవినై వారిని

సంహరించుదును. పార్వతీ దేవి భయభక్తులతో శ్రీ విరాట్ విశ్వకర్మ భగవానుని పూజించి మణి పుష్పాదులను అర్పించెను. ఆమె చేసిన సేవకు మెచ్చిన శ్రీ విరాట్ విశ్వకర్మ శివుడే ఘనుడు అని వినిపించెను. పార్వతీ దేవిని దీవించి దేవతలు, మునులు, సేవించుచుండగా మేఘ వాహనమెక్కి శ్రీ విరాట్ విశ్వకర్మ భగవానుడు అంతర్ధానమయ్యెను.

నీతి

పరమాత్మ ఎవరి సమస్యను వారిచే తనే పరిష్కరించుకునే అవకాశం కల్పిస్తాడు.

22. పరమాత్మ లీల

చోడ రాజ్యాన్ని పాలించే విశ్వజ్ఞ రాజుకు మూడు ప్రశ్నలు ఎప్పుడూ మనస్సులో మెదులుతూ ఉండేవి. ఆ ప్రశ్నలకు ఎంతగా ఆలోచించినా సమాధానం దొరకడం లేదు. తన ఆస్థానంలో ఒకరోజు పండితుల సమావేశం ఏర్పాటు చేశారు. పండితులను, శాస్త్రకారులను, మేధావులను ఆహ్వానించారు. తాను పరమాత్మను గూర్చి మూడు ప్రశ్నలు వేస్తానని వాటికి జవాబులు చెప్పడానికి ముందుకు వచ్చి, సరైన సమాధానం చెప్పిన వారికి అడిగిన బహుమతి ఇస్తానని చెప్పాడు. సరైన సమాధానం చెప్పకపోతే కారాగారం పాలు చేస్తానని చెప్పాడు. దానితో భయపడి ఎవరూ ముందుకు రాలేదు. ఈ విషయాన్ని దేశమంతా చాటింపు వేశారు. అక్కడ సమావేశం అయిన పండితులు, శాస్త్రకారులు, మేధావులకు ఆ ప్రశ్నలు సంధించాడు. వారు బుర్రలు బద్దలు కొట్టుకుని ఆలోచించినా సమాధానం దొరకక మౌనంగా ఉండిపోయారు.

ఇంతలో ఒక చిన్న గ్రామం నుండి స్వర్ణశిల్పి విశ్వమయ ఆచార్య ముందుకు వచ్చాడు. రాజు ఆస్థానం చేరుకున్నాడు. రాజ్యసభలో ఎందరో పండితులు, శాస్త్రకారులు, మేధావులు కూర్చున్నారు. రాజుగారికి తను రాజు గారి ప్రశ్నలకు

సమాధానం చెప్పగలనని, బహుమతిని తీసుకోగలను అని చాలా నమ్మకంగా చెప్పాడు.

రాజు గారు సమాధానం చెప్పలేకపోతే కారాగారం పాలు అవుతావని హెచ్చరించారు. అందుకు సమ్మతమే అని స్వర్ణశిల్పి చెప్పాడు.

స్వర్ణశిల్పి రాజుగారి ప్రశ్నలకు సమాధానం చెప్పే ముందు రాజుగారికి ఒక విషయం చెప్పాడు.

చెప్పేవాడు గురువు, వినేవాడు శిష్యుడు. గురువు పైన ఉండాలి, శిష్యుడు కింద ఉండాలి అని షరతు పెట్టాడు.

దానికి చోడ రాజు అంగీకరించి సింహాసనం నుండి కిందకు దిగారు. స్వర్ణశిల్పి రాజుగారి సింహాసనం అధిష్టించాడు.

మహారాజా! ఇప్పుడు అడగండి మూడు ప్రశ్నలు అన్నాడు స్వర్ణశిల్పి.

మొదటి ప్రశ్న - పరమాత్మ ఏ వైపు చూస్తుంటాడు? దీనికి జవాబు చెప్పండి అన్నాడు రాజు.

వెంటనే ఒక దీపాన్ని తెప్పించమన్నాడు గురు స్థానంలో ఉన్న స్వర్ణశిల్పి. దీపం తెచ్చి సభ మధ్యలో పెట్టారు. అప్పుడు స్వర్ణ శిల్పి - మహారాజా! ఈ దీపం ఎక్కడ చూస్తుంది? మీ వైపా? నా వైపా? తూర్పు వైపా? పశ్చిమ వైపా? కిందకి చూస్తుందా? పైకి చూస్తుందా? ఎక్కడికి చూస్తుంది? అని ప్రశ్నించాడు.

అన్ని వైపులకు చూస్తుంది అని జవాబిచ్చాడు మహారాజు.

ఇంత చిన్న జ్యోతి అన్నివైపులా చూడగలిగినపుడు పరంజ్యోతి స్వరూపమైన పరమాత్మ అన్నివైపులా చూడలేడా? సమస్త జీవుల కళ్ళల్లో వెలుగుగా ఉన్న పరంజ్యోతి ఆ పరమాత్మయే.

మరి ఇక రెండో ప్రశ్న - దేవుడు ఎక్కడ ఉంటాడు? అన్నాడు రాజు.

సరే "ఒక చిన్న పాత్రలో పాలు తెప్పించండి అన్నాడు స్వర్ణ శిల్పి". పాలు తెచ్చారు. "మహారాజా! ఈ పాలలో నెయ్యి ఎక్కడ ఉందో చెప్పగలరా?" అని అడిగాడు.

పాలను బాగా మరగబెట్టాలి. వాటికి మజ్జిగ కలిపి కొన్ని గంటలు కదపకుండా ఉంచాలి. పెరుగు సిద్ధమవుతుంది. దానిని కవ్వంతో చిలికితే వెన్న వస్తుంది. తరువాత తయారైన వెన్నను కాస్తే నెయ్యి అవుతుంది అన్నాడు రాజు.

సరిగ్గా చెప్పారు మహారాజా! అలాగే హృదయం అనే పాలను గురువు అనే నిప్పులపై మరిగించి, మనసు అనే తోడు వేసి స్థిరంగా ఉంచితే వచ్చే సత్యం అనే పెరుగును, సాధన అనే కవ్వంతో చిలికితే జ్ఞానం అనే వెన్న వస్తుంది. ఆ సాధన అంతర్ముఖం అనే నిప్పులపై కాల్చితే పరమాత్మ అనే నెయ్యి వస్తుంది అన్నాడు స్వర్ణశిల్పి. సభలో హర్షధ్వానాలు మిన్నుముట్టాయి.

ఇక చివరి ప్రశ్న - దేవుడు ఏం చేస్తాడు?

నేను స్వర్ణశిల్పిని, మీరు మహారాజు కింద ఉన్న నన్ను సింహాసనంపై కూర్చోబెట్టాడు. పైన ఉన్న మిమ్మల్ని కిందికి దించేశారు ఇదే పరమాత్మ లీల.

పుణ్య కర్మ చేసే జీవులను పై జన్మ లో ఉత్తమ జన్మగా మార్చడం పాప కర్మ చేసేవాళ్లను మరుజన్మలో కిందకి పంపడమే పరమాత్మ పని అన్నాడు.

సభలో గంభీర వాతావరణం నెలకొన్నది రాజు స్వర్ణశిల్పికి పాదాభివందనం చేశాడు.

మహారాజా! మీరు మహారాజు నాకు పాదాభివందనం చేయవలసిన అవసరం లేదు. మీరు నాకు బహుమతి ఇస్తానంటే అడుగుతాను.

మహారాజు సంతోషంగా బహుమతి అడుగు అని అంగీకారం తెలిపాడు. మహారాజా! నాకు మీ ఆస్థానంలో స్వర్ణ శిల్పి పదవిని బహుకరించండి. రాజు గారు అందుకు అంగీకరించి దానికి తగిన ఏర్పాట్లు చేయమని మంత్రికి చెప్పాడు.

నీతి

పరమాత్మ లీలలు అనంతం.

23. ధర్మో రక్షతి రక్షితః

ఒక గ్రామంలో గ్రామ పెద్దలు కలిసి యజ్ఞం చేస్తున్నారు. ఒక యజమానికి యజ్ఞకుండంలో బంగారం దొరికింది. అప్పుడు ఆయన భార్య చెప్పింది - "నిన్న పొరపాటున యజ్ఞకుండంలో తాంబూలాన్ని ఉమ్మివేసా అదే ఈ రోజు బంగారం ముద్దలా తయారయింది".

ఇంటి యజమాని ఈ విషయాన్ని పరీక్షించేందుకు తాను కూడా యజ్ఞకుండంలో తాంబూలాన్ని ఉమ్మి వేశాడు. మరుసటిరోజు మరో బంగారం ముద్ద దొరికింది.

ఈ వార్త ఆ నోటా ఈ నోటా గ్రామమంతా పాకింది అంతే యజ్ఞాలు చేసే వారందరూ యజ్ఞకుండంలో తాంబూలాన్ని తిని ఉమ్మి వేశారు. వారందరూ బంగారం ముద్దలని పొందారు.

అది చూసిన హరిధర్మ ఆచార్య, శివశంకరీదేవీ చాలా చింతించారు, బాధపడ్డారు." యజ్ఞకుండం పవిత్రమైనది. యజ్ఞం చేయడం నా ధర్మం. బంగారం ముద్దలు వచ్చినా, ఇంకా ఏమైనా సంపద వచ్చిన నేను అందులో ఉమ్మేసే ప్రసక్తే లేదు అన్నాడు హరి ధర్మ ఆచార్య". ఆయన్ని చూసి గ్రామస్తులంతా పిచ్చివాడిలా ఉన్నావు

అందరితో పాటు నువ్వు కూడా యజ్ఞకుండంలో ఉమ్మి వేసి బంగారం పొందు అన్నారు.

దానికి ఆ భార్యభర్తలు ససేమిరా ఒప్పుకోలేదు. అక్కడ ఉన్న వారంతా వారిని ఎగతాళి చేశారు.

హరిధర్మ ఆచార్య ఆయన ధర్మపత్ని ఆ ఊరిని వదిలి పెట్టి పట్టణానికి వెళ్ళి బతుకు సాగిద్దామని బయలుదేరారు. ఊరి పొలిమేర దాటారో లేదో ఊరిలో పెద్దగా గొడవలు మొదలయ్యాయి బంగారం పేరిట కొట్టుకోవడం మొదలైంది, ఇళ్ళు కాలిపోతున్నాయి, మనుషులు చనిపోతున్నారు. మొత్తం ఊరంతా బూడిద అయిపోయింది. ఒక్కరూ మిగల్లేదు. హరి ధర్మ ఆచార్య ఆయన భార్య శివశంకరి దేవి తప్ప.

అప్పుడు ఆకాశవాణి నుంచి ఈ మాటలు వినిపించాయి. ‘‘ఇన్నాళ్ళు మీరు ఈ ఊర్లో ఉన్నారని, ఈ ఊరి వారిని కలిపురుషుడు వదిలేశాడు. ఊరంతా బంగారం ముద్ద కోసం ధర్మం తప్పినా, మీరు మీ భార్య ధర్మాన్ని పాటించారు. అందుకే మీరు ఉన్నంతసేపు ఊరుని ముట్టుకోలేదు. మీరు ఊరు వదిలేయగానే కలిపురుషుడు తన పని తాను చేశాడు. ధర్మహీనులను ధ్వంసం చేశాడు’’.

ధర్మం తప్పని వారు ఎప్పుడూ విజేతలే. ధర్మాన్ని ఆచరించే వారికి చిన్న చిన్న ఇబ్బందులు ఎదురైనప్పుడు అది చూసి కొంతమంది మూర్ఖులు నవ్వుతూ హేళన చేస్తూ రాక్షస ఆనందం పొందుతారు. కానీ చివరికి ధర్మమే గెలుస్తుంది. అందరూ ధర్మాన్ని పాటించండి. మన పిల్లలకు ధర్మాన్ని పాటించడం అలవాటు చేయండి. ధర్మ మార్గాన్ని తెలియజేసే పుస్తకాలను చదివింపచేయండి.

ధర్మాన్ని గురించి వారికి క్షుణ్ణంగా తెలియజేయండి. ధర్మం యొక్క శక్తి అనంతమైనది.

ధర్మో రక్షతి రక్షితః

నీతి

ధర్మాన్ని మనం కాపాడితే ఆ ధర్మమే మనల్ని కాపాడుతుంది.

24. సేవాఫలం

పూర్వం చోళ రాజ్యంలో విశ్వమయుడు అనే విశ్వకర్మ భక్తుడు ఉండే వాడు. అతనికి ఎప్పుడూ ఆ రాజ్యంలోని చుట్టుపక్కల ఉండే గ్రామంలోని ప్రజల అనారోగ్య సమస్యలు తీర్చాలనే దృఢ సంకల్పం ఉండేది. అది ఎలా చెయ్యాలి? అని ఆలోచిస్తూ ఉండేవాడు.

విశ్వమయుడు విశ్వకర్మ గురించి పది సంవత్సరాలు ఘోర తపస్సు చేశాడు. సృష్టికర్త విశ్వకర్మ తన ఎదుట ప్రత్యక్షమైనాడు. విశ్వమయా! నీ తపస్సుకు మెచ్చాను ఏం వరం కావాలో కోరుకో అన్నాడు. భగవంతుడు ప్రత్యక్షమైన సంతోషంలో తాను అడుగుదామనుకున్న కోరిక మర్చిపోయి తనకు సంజీవిని జలం ప్రసాదించమని అడిగాడు. దానికి భగవంతుడు విశ్వమయా! సంజీవిని జలం ఇవ్వడం సాధ్యపడదు, అది సృష్టి విరుద్ధం, దీని వలన సమస్యలు వస్తాయని భగవంతుడు నచ్చచెప్పాడు.

ఆ సమయంలో విశ్వమయుడికి తన ఆలోచన గుర్తుకు వచ్చింది వెంటనే స్వామీ! నాకు ఆరోగ్య జలం ప్రసాదించండి దానితో ప్రజలకు సేవ చేసుకుంటాను అన్నాడు. భగవంతుడు తథాస్తు అని దీవించి అంతర్ధానమయ్యాడు.

విశ్వమయుడికి ఒక రాగి జల పాత్ర దొరికింది. ఆ జలమే ఆరోగ్య జలం. ఆ పాత్రలోని జలం ఎంత ఉపయోగించినా పాత్ర ఎప్పుడూ జలంతో నిండుగా ఉంటుంది. విశ్వమయుడు సంతోషంగా తన రాజ్యానికి తిరిగి వెళ్తూ దానిని పరీక్షించాలని అనుకున్నాడు. మార్గమధ్యంలో కాలి నొప్పితో కుంటుతున్న శునకం మీద ప్రయోగించాడు దాని బాధ క్షణంలో మటుమాయమైనది.

విశ్వమయుడు ఊరి చివర ఒక ఆశ్రమం నిర్మించుకొని కొంత మంది శిష్యులను చేర్చుకొని ఈ ఆరోగ్య జలం గూర్చి తెలియజేసి గ్రామ గ్రామాన ప్రచారం చేశాడు. ప్రతిరోజు ఉదయం 6 గంటల నుండి 11 గంటల వరకు అనారోగ్య సమస్యలతో బాధపడుతున్న ప్రజలకు అనారోగ్య సమస్యలను తీర్చి ఆరోగ్యం ప్రసాదించాడు.

తాను జీవించి ఉన్నంత కాలము ఇలా రోగులకు సేవలు చేస్తూ ఆరోగ్యాన్ని ప్రసాదిస్తూ తనువు చాలించిన పిదప అజానలోకం చేరుకున్నాడు.

తన శిష్యులు ఈ కార్యక్రమాన్ని తమ గురువుగారి అనంతరం కొనసాగించారు.

నీతి

నిస్వార్థసేవ మంచి ఫలితాన్నిస్తుంది.

25. దొంగ దొరికాడు

దేవభద్ర ఆచార్య అనే పిల్లవాడు. ఒక పాడుబడిన బావి గట్టుపైన కూర్చున్నాడు. అటువైపు ఒక దొంగ దారిన పోతూ ఉన్నాడు. ఈ బాలుడు ఆ దొంగను చూచాడు. ఆ దొంగ నెల రోజుల క్రితం వారి ఇంట్లో దొంగతనం చేసినవాడే అని గుర్తించాడు. ఆ దొంగ తమ ఇంట్లో బంగారు ఆభరణాలు ఒక రాత్రి దొంగిలించాడు. ఆ దొంగని ఆ రోజు ఇంట్లోవారు ఎవ్వరూ చూడలేదు, నిద్రపోతున్న కారణాన. ఈ బాలుడు ఒక్కడే చూసాడు, భయంతో మాట్లాడకుండా ఉన్నాడు.

దేవభద్ర ఆచార్య ఆ దొంగను గుర్తించగానే ఏడుపు లంకించుకున్నాడు. దొంగ ఆ పిల్లవాడి దగ్గరకి వచ్చి ఎందుకు ఏడుస్తున్నావు అని ప్రశ్నించాడు. దానికి ఆ బాలుడు, నేను ఆడుకుంటూ ఊరికే బావిలోకి తొంగిచూసాను. నా మెడలోని బంగారు గొలుసు జారి బావిలో పడిపోయింది. గొలుసు లేకుండా ఇంటికి వెళ్తే మా తల్లిదండ్రులు దండిస్తారు, అందువల్ల ఏడుస్తున్నా అని సమాధానం చెప్పాడు.

వెంటనే ఆ దొంగ గొలుసుని దొంగిలించవచ్చు అని తలచాడు. "బాబు నువ్వు ఏడవద్దు, నేను బావిలో దిగి నీ బంగారు గొలుసు పైకి తెచ్చి ఇస్తాను. నేను పైకి వచ్చేదాకా నా బట్టలు, చేతి ఉంగరం చూస్తూ ఉండు" అని చెప్పి తన బట్టలు విప్పి బావిలోకి దిగాడు.

ఆ దొంగ బావిలోకి దిగిన వెంటనే, పిల్లవాడు గ్రామాధికారిని, ఆ ఊరి జనాన్ని పిలుచుకొని వచ్చాడు. దొంగకి ఎంత వెతికినా గొలుసు దొరకలేదు. ఆ పిల్లవాడు గొలుసు పడిపోయిందని అబద్ధం చెప్పాడు. దొంగ పైకి వచ్చి చూడగా ఊరి జనం అంతా గుమిగూడి ఉన్నారు. దొంగను పట్టుకొని గ్రామాధికారి, నలుగురు పెద్దలు కలసి, ఆ దొంగ దొంగిలించిన సొమ్ములన్నీ రాబట్టారు.

నీతి

ఉపాయంతో సమస్యను పరిష్కరించుకోవచ్చు.

26. పృధు చక్రవర్తి

అత్యంత పూర్వకాలంలో ఒకప్పుడు పృధు చక్రవర్తి దేశాన్ని పాలించు చుండెను. ఆ కాలంలో భయంకరమైన క్షామము ఏర్పడినది. భూగర్భంలో జలం అంతరించింది. చెట్లు ఎండిపోయాయి. అడవులు అగ్నికి ఆహుతి అవుతూ వచ్చాయి. పశుపక్ష్యాదులు నీరు, ఆహారం దొరకక చనిపోతూ ఉన్నాయి. చెరువులన్నీ ఎండిపోయాయి. చెరువుల్లో ఎంత పూడిక తీసినా ఒక్క చుక్క నీరు కనపడదాయె!

మనుషులకు ఆహారంలేక నీరులేక బక్కచిక్కి పోయిరి. ఆహార ధాన్యాల పంటలన్నీ ఎండిపోయాయి. వానలు లేవు, తీక్షణమైన ఎండలు. కర్షకులకు, వ్యవసాయ కార్మికులకు పని లేకుండా పోయెను. నదులు ఇంకిపోయెను.

పృధు చక్రవర్తికి ఈ క్షామాన్ని ఎలా అధిగమించాలో అర్థం కాలేదు. వారి మంత్రులని, పురోహితులను పిలిచి ఎలాంటి చర్యలు తీసుకోవాలి అని చర్చించెను. ఒక ఆస్థాన పురోహితుడు సృష్టికర్త విశ్వకర్మను గూర్చి తపస్సు చేయవలెను, అని సలహా ఇచ్చెను. ఈ కరువుని అధిగమించడానికి ఇంతకంటే మరో మార్గము లేదు అని విన్నవించుకొనెను.

అప్పుడు పృధు చక్రవర్తి సృష్టికర్త అగు విశ్వకర్మను గూర్చి ఘోర తపస్సు చేయప్రారంభించెను. ఆ తపఃసంకల్పానికి మెచ్చిన విశ్వకర్మ భగవానుడు పంచ ముఖములతో, పంచఋషుల సమేతంగా మాఘ శుద్ధ త్రయోదశి రోజున పృధు చక్రవర్తికి ప్రత్యక్షమయ్యెను. పృధు చక్రవర్తి క్షామము నుంచి తన దేశాన్ని కాపాడమని ప్రార్థించెను.

విశ్వకర్మ పృధు చక్రవర్తికి వరమును ప్రసాదించెను. అప్పుడు ఈ భూమి మరల సస్యశ్యామలమై సుభిక్షంగా తయారై ఆహార సమృద్ధితో వర్ధిల్లినది. అడవులు, చెట్లు పచ్చని ఆకులతో, చక్కని పూలతో, మధుర ఫలములతో వృద్ధిచెందినవి. నదులు, చెరువులు, కుంటలు జలములతో కళ కళ లాడినవి. భూగర్భము జలముతో నిండిపోయినది. పశుపక్ష్యాదులు ఆనందంతో గంతులు వేశాయి. నెమళ్ళు పురి విప్పి నాట్యం చేసాయి. మానవులు సుఖసంతోషాలతో వర్ధిల్లుచుండిరి.

పృధు చక్రవర్తి కోరిక మేరకు పంచ బుషులైన సానగ, సనాతన, అహభూన, ప్రత్న, సుపర్న బుషులు భూమిపై మరల అవతరించి, పంచ శిల్ప వృత్తులతో మానవులకు నగరములు నిర్మించి, వ్యవసాయము నేర్పి సమాజంలో కుటుంబ వ్యవస్థను నెలకొల్పి, నాగరికతను పునరుద్ధరించి మానవులను అనుగ్రహించిరి.

ఈ పంచ బుషులు సృష్టికర్త విశ్వకర్మ నుండి ఆవిర్భవించిన వారే అని యజుర్వేద మంత్రములు, ఉపనిషత్తులు, ప్రమాణములు తెలుపుతున్నాయి.

పృధు చక్రవర్తి తనకు భగవాన్ విశ్వకర్మ సాక్షాత్కరించిన మాఘ శుద్ధ త్రయోదశినాడు తన ప్రజలందరూ విశ్వకర్మ పూజా మహోత్సవము జరపాలని ఆదేశించెను. ఈ విధముగా విశ్వకర్మ పూజ మహోత్సవ సంప్రదాయము ఏర్పడినది.

నీతి

పరమాత్మ మీద విశ్వాసం సత్ఫలితాలనిస్తుంది.

27. ఆచారం

విశ్వదత్త ఆచార్య, మధుశర్మ అనే ఇద్దరు చిరకాల మిత్రులుఉండేవారు. విశ్వదత్త ఆచార్య, స్వర్ణ శిల్పి తాను పొదుపు చేసిన డబ్బుతో ఎప్పుడు బంగారం కొని నిల్వ ఉంచేవాడు. ఈ విషయం తెలుసుకున్న మధుశర్మ విశ్వదత్త ఆచార్యని ఇలా అడిగాడు.

"నీవు ఎప్పుడు డబ్బులు చేతిలో ఉంటే అప్పుడు బంగారం కొంటూ ఉంటావు. అది నీవు చేసే బంగారు నగల పనులకు ఉపయోగపడుతుందని ముందుగానే బంగారం కొని నిల్వ ఉంచుతున్నావా!"

దానికి సమాధానంగా విశ్వదత్త ఆచార్య ఈ బంగారం నా పనులకు కాదు, ఏదైనా మా ఇంట్లో శుభకార్యం జరిగినప్పుడు కాని, తల్లిదండ్రులు బంగారు నగలు అడిగినప్పుడు కాని మేము సొంత డబ్బులతో వారికి కావాల్సిన నగలు సమకూర్చాలి, అది మా ఆచారం. అలాగే ప్రతి శుభ కార్యంలో, పండుగ శుభకార్యాలలో, వ్రతాలలో, యజ్ఞ యాగాలలో తల్లిదండ్రులకు బంగారు నగలు సమర్పించుకొని వారి ఆశీర్వాదం తీసుకుంటాము. ఇది ముఖ్యంగా మా స్వర్ణశిల్పులకు ఎంతో కాలంగా ఆచారంగా వస్తున్నది.

ఒక రోజు విశ్వదత్త ఆచార్య తన ఇంట్లో విశ్వకర్మ వ్రతం చేసుకుంటామని కుటుంబ సమేతంగా తమ ఇంటికి రావాలని మధుశర్మను ఆహ్వానించాడు. మధుశర్మ ఆ ఆహ్వానం మన్నించి కుటుంబ సమేతంగా విశ్వదత్త ఆచార్య గృహానికి వేంచేసారు. ఆ విశ్వకర్మ వ్రతంలో భాగంగా విశ్వదత్త ఆచార్య తన తల్లిదండ్రులకు - బంగారం గాజులు, గొలుసు తల్లికి, బంగారు కంకణాలు తండ్రికి సమర్పించి వారి ఆశీర్వాదం తీసుకున్నాడు.

ఇది చూసిన మధుశర్మ భార్య, తన భర్తని ఇలా అడిగింది - మీ స్నేహితుడు వారి తల్లిదండ్రులకు ఇంత ఖరీదైన నగలు ఎలా పెట్టగలుగుతున్నాడు?. దానికి బదులుగా మధుశర్మ, వారి చేతిలో డబ్బులున్నప్పుడు బంగారం కొని దాచేవాడు, అది అలవాటుగా చేసుకున్నాడు. అది వారి ఆచారమట. మరి ముఖ్యంగా తల్లిదండ్రులకు శుభకార్యాలలో, పండుగ సమయాలలో ఇలా బంగారు నగలు సమర్పించుకుంటారట.

ఇది విన్న మధుశర్మ భార్య, “ఆ ఆచారాన్ని మనం కూడా అమలుపరుచుకుందామా!” అని అన్నది. అది విని కంగుతిన్నాడు మధుశర్మ.

ఈ ఆచారాన్ని స్వర్ణశిల్పులు తరతరాలుగా ఆచరిస్తున్నారు.

నీతి

మంచి ఆచారాన్ని ఎప్పుడూ మరచిపోరాదు.

28. సరైన సలహా

శ్రీపురం రాజు బ్రహ్మాండమైన కోటను నిర్మించుకొని, అందులో తన పరివారంతో నివసించేవాడు. రాజు ఆ కోటలో ఉన్నంత కాలం అతనికి శత్రుభయం ఏ మాత్రం ఉండేది కాదు.

ఒక సామంత రాజు ఏ విధంగానైనా సరే ఆ రాజుని బయటకి రప్పించి, బంధించి, కోటను ఆక్రమించి, ఆ రాజ్యానికి రాజు కావాలని ఆలోచించాడు. ఆ ఆలోచనతో రాజు వద్దకు వచ్చి, మహారాజా! నేను రేపు నా కుమారుని వివాహం జరుపుతున్నాను. ఆ వివాహానికి మీరు వచ్చి ఆశీర్వదించి వెళ్ళాలి. ఇది నా ప్రార్థనగా మన్నించి మీరు, రాణిగారు తప్పకరావాలి అని ఆహ్వానించాడు. ఈ విషయం మంత్రి అయిన దేవభద్ర ఆచార్యకు తెలిసింది.

మంత్రి వెంటనే రాజుగారి దగ్గరకు వచ్చి, తమరు సామంత రాజు ఇంటికి వెళ్ళడానికి నిర్ణయించుకున్నారని విన్నాను, నా సమాచారం ప్రకారం అతడు కపటి, చాలా మోసగాడు. మన రాజ్యాన్ని ఆక్రమించుకోడానికి ఏమైనా చేయటానికి సిద్ధ పడేవాడు. అతనికి తగినంత సైన్యం కూడా ఉంది. మీరు అక్కడికి ఒంటరిగా వెళితే మీకు హాని చేస్తాడు. కావున మీరు మన సైన్యంలోని సగం సైన్యం తీసుకొని వెళ్ళండి. నేను సగం సైన్యంతో రాజ్యానికి రక్షణగా ఉంటాను.

రాజుగారు మంత్రి సలహా విని తాను ఆయుధాలతో తగిన సైన్యంతో సామంత రాజ్యానికి బయలుదేరాడు. సామంత రాజు సైన్యం ఊరి బయట అప్పుడే రాజును బంధించడానికి సమావేశం అయ్యింది. శ్రీ పురం రాజు యొక్క సైన్యం చూసి భయపడి వెనక్కి తిరిగి వెళ్లిపోయారు. రాజు రాణి తన సైన్యంతో వెళ్లి సామంత రాజు కుమారుడి వివాహం చూసి తిరిగి వచ్చారు.

రాజుగారు మంత్రి దేవభద్రను పిలిచి, మంత్రి మీ సమాచారం చాలా ఖచ్చితమైనది. మీరు చాలా మంచి సలహా ఇచ్చినారు. మీరు చెప్పిన సలహా వల్ల క్షేమంగా వెళ్లి తిరిగి రాగలిగాము, అని కొన్ని బహుమతులను మంత్రికి సమర్పించారు.

నీతి

సరైన సలహాలను అమలుపరచి ప్రమాదాల నుండి తప్పించుకోండి.

29. బుద్ధిని బట్టే ఫలితం

ఒక పట్టణంలో వినయ ఆచార్య అనే నిజాయితీగల న్యాయాధికారి ఉండేవారు. ఆ పట్టణంలో ఉన్న ప్రజల తగవులకు సరైన తీర్పును చెపుతూ ఉండేవారు.

ఒకరోజు ఇద్దరు మిత్రులు - విభీషణశర్మ, రావణశర్మ తమ తగవును తీర్చుకొనుటకు న్యాయాధికారి అయిన వినయ ఆచార్య దగ్గరికి వచ్చారు. ఈ మిత్రులు ఇరువురు వ్యాపారస్తులు, ఇద్దరు పరదేశానికి వెళ్లి డబ్బు సంపాదించి తెచ్చుకున్నారు.

వినయ ఆచార్య ''ఏమిటి మీ సమస్య?'', అని ప్రశ్నించాడు. దానికి రావణశర్మ న్యాయాధికారిగారు - మేమిద్దరం పరదేశానికి వెళ్లి బాగా డబ్బు సంపాదించుకొని వచ్చాము. మేమిద్దరం కలిసి తెచ్చిన డబ్బును ఒక రాత్రి ఒక చెట్టు క్రింద ఇద్దరం కలసి గొయ్యి త్రవ్వి దానిలో దాచి పూడ్చిపెట్టాము. ఆ స్థలము మాకు తప్ప ఎవ్వరికి తెలియదు.

ఒకరోజు మేము అక్కడికి వెళ్లి చూస్తే ఆ ధనము అక్కడ లేదు. మా ఇరువురిలో ఎవరో దొంగలించి ఉండాలి. ఎందుకంటే ఆ ప్రదేశం మా ఇరువురికే తెలుసు.

రావణశర్మ మనం ఆ చెట్టు వద్దకు వెళ్లి ఆ చెట్టునే అడుగుదాము ఆ చెట్టే సమాధానం చెప్తుంది, అని అన్నాడు. ఈ మాటలకు న్యాయాధికారి అయిన వినయ ఆచార్యకి రావణశర్మపై అనుమానం వచ్చింది. మరుసటి రోజు ఉదయం న్యాయాధికారి, రావణశర్మ, విభీషణశర్మ ముగ్గురూ కలసి చెట్టువద్దకు వెళ్లారు. న్యాయాధికారి ముందటనే రావణశర్మ ప్రశ్నించాడు ''ఓ వృక్ష రాజా! ఈ చెట్టు క్రింద దాచిన ధనాన్ని ఎవరు దొంగిలించారు'', అని అడగగా. చెట్టు తొర్రలోంచి ఈ మాటలు వినిపించాయి. ''విభీషణశర్మనే దొంగిలించాడు.''

న్యాయాధికారి ఒక్క నిమిషం ఆగు రావణశర్మ నిజా, నిజాలు నిగ్గు తేలుస్తాను అని పక్కకి వెళ్లి ఎండుగడ్డి తెచ్చి చెట్టు తొర్రలో ఉంచి నిప్పు పెట్టాడు. వెంటనే కేకలు పెడబొబ్బలతో రావణశర్మగారి మామగారు బయటకి పరిగెత్తుకుంటూ వచ్చాడు, వచ్చి ''న్యాయాధికారి! నన్ను క్షమించండి'' ఈ నాటకం అంతా మా అల్లుడు రావణశర్మ ఆడమంటే ఆడాను.

వినయఆచార్య విభీషణశర్మ నిర్దోషి అని చెప్పి, అతని ధనాన్ని అతనికి ఇప్పించాడు, రావణశర్మని శిక్షించాడు.

నీతి

చెడుబుద్ధి కలవారు ఎప్పటికైనా పతనమౌతారు.

30. దేవేంద్రుడు

పూర్వం దేవతలకు రాజైన ఇంద్రుడు విశ్వకర్మ అనుగ్రహం వలన దైత్యవర్గమును జయించి శ్రేష్ఠమైన సమస్త సౌభాగ్యములు పొందెను. ఇంద్రుడు మూడు లోకముల యందు ప్రసిద్ధి గాంచి, ఐశ్వర్య మదమున సన్మార్గమును అతిక్రమించెను. దేవతలు, వసువులు, రుద్రులు, ఆదిత్యులు, ఋషులు, విశ్వదేవతలు, నిధులు, సాద్యులు, చారణులు, గంధర్వులు, అశ్వినీ దేవతలు, విద్యాధరులు, అప్సరసలు, కిన్నెరలు, గరుడులు, వురగులు మున్నగువారు స్తుతి సేవ గీతా నృత్యాదులతో వినోదం అందించుచుండ

శ్వేత ఛత్రము నీడను శచీ సహితముగా సింహాసనము నుండి వింజామరముతో విసరించు కొనుచుండెను.

ఆ సమయమున దేవాచార్యుడును, తన గురువును ఆచార్యుడును అగు బృహస్పతి ఆ సభకు రాగా ఇంద్రుడు ఆ మహానీయుని చూచియును నమస్కరించకుండ యుండెను. సింహాసనము నుండి లేచి ఎదురేగి ఆహ్వానించకుండెను. ఆ బృహస్పతి ఇంద్రుడి చేష్టలకు కోపముబూని ఏమియును

అనక స్వగృహమునకేగెను. ఇంతలో విశ్వకర్మ వ్రతము ఆచరించుకాలము సమీపించగా గురువులేని కారణమున ఇంద్రుడు ఆ కార్యమును తలపెట్టడయ్యెను.

విశ్వకర్మ వ్రతమును పరిత్యజించుటచే ఇంద్రుడు నానా దుఖఃములను అనుభవించుచూ మనస్సు చెడినవాడై అధికారము నుండి తొలగింపబడెను. శుక్రాచార్యుడు దివ్యదృష్టితో ఈ విషయం తెలుసుకొని తన మంత్ర బలముతో

దానవులకు సహాయమును ఒనర్చుచూ ఆకస్మికంగా స్వర్గమును ముట్టడింప జేసెను. ఆ సమయమున ఇంద్రుడు పారిపోయెను. అధిక శరాహతులైన సురలెల్లరు గూడి ఈ ఉపద్రవమును ఎట్లు తప్పించుకొనగలము అని ఆలోచించుచుండిరి. ఇది ఏమి? ఇది ఎవరి యొక్క మహిమ అయి యుండును? మనస్సుతో పరిశీలించుటకు గాని వాక్కుతో వర్ణించుటకు గాని అసాధ్యమైయున్నది. ఆ శుక్రుడు ఇంద్రజాల విద్యయందు గొప్పవాడు ఇట్లు దేవతలు విచారించుచుండిరి.

శచీదేవి భర్తను గాంచి మిగులు దుఃఖింపనారంభించెను. ఇంద్రుడును కలతపడిన మనస్సుతో మనము విశ్వకర్మ వ్రతమును చేయకుండుటచే ఇలాంటి ఇక్కట్ల పాలగుచుంటిమి అని పదే పదే విచారపడుచుండెను.

ఇదే కారణమైనచో నీ చేత ఇప్పుడే విశ్వకర్మ వ్రతమును ఆచరింప జేయుదమని దేవతలందరూ కలిసి ఆ బృహస్పతి నివాసమునకు ఏగిరి. అతడు ఆధ్యాత్మిక మహిమ చేత కనిపించకుండెను. సురాచార్యుడు కనపడనందున ఇంద్రుడు విచారపడి దేవతలను చూచి ఇట్లనియె. ‘‘అయ్యో! ఎంత చెడ్డపని చేసితిని. అల్పబుద్ధిచే నా గురువుని కాంచక, నా గురువగు బృహస్పతికి దూరమయితిని. ఇప్పుడు నా గతి ఏమి. ఈ ముప్పు నుండి నన్ను రక్షించ సమర్థుడెవ్వరు. అర్థుడనైనేనిపుడు ఏమి చేయగలను. అంత ఇంద్రునితో సహా దేవతలెల్లరూ బ్రహ్మ వద్దకు వెళ్ళి నమస్కరించి రక్షించమని ప్రార్థించిరి.

బ్రహ్మ ఆ దేవతలను జూచి దయతో వారిని ఓదార్చి ఇట్లు పలికెను. మీరు ఐశ్వర్య మదముచేత ఆచార్యుండగు బృహస్పతిని తిరస్కరించి శత్రువులచే ఓడింపబడి ఇక్కట్లు పడుచుండిరి. సురపతి! భక్తితో శుక్రుని ఆరాధించి స్వర్గము పొంది, ఐశ్వర్యవంతులై యున్న నీ శత్రువులను చూడుము. గోవుల యందును, ఆచార్యులయందును, భగవంతుని యందును పగబూనిన వాడు ఎప్పుడునూ కీడు పొందుచూనే యుండును.

ఆ కారణము వలన మీరు త్వరగా వెళ్ళి త్వష్ట కుమారులను తపస్వియును అగు విశ్వరూపా చార్యుడిని సేవింపుడు. ఆచార్య శ్రేష్ఠుడగు అతడు మీ కోరికలన్నియు సిద్ధింపజేయగల్గును. బ్రహ్మ ఇట్లు చెప్పగా విని దుఃఖము తగ్గిన వారై దేవతలు విశ్వరూపుని వద్దకు బయలుదేరిరి. విశ్వరూపాచార్యుని వద్దకు వెళ్ళి ఆచార్య తపో మహిమతో మా యొక్క విచారమును పోగొట్టి మమ్ములను రక్షింపుము. మా వందనములను స్వీకరింపుము, పురోహితకార్యము నిర్వహించుము.

ఇట్లు దేవతలచే ప్రార్థింపబడిన మహాతపశ్శాలి అగు విశ్వరూపుడు చిరునవ్వుతో ఇట్లు పలికెను. ధర్మవేత్తలచే నివేదింపబడిన పౌరోహిత్యమును బ్రహ్మాదులు కోరుటచేతను మీరెల్లరు ప్రార్థించుటచేతను అంగీకరించుచున్నాను. నా శక్తి కొలది పౌరోహిత్యకార్యమును నిర్వర్తించి అర్థంబును సాధించెదను.

ఆ దేవతల యొక్క ప్రార్థన విని విశ్వరూపాచార్యుడు నియమముతో పౌరోహిత్య కార్యమును నిర్వర్తించెదనని చెప్పెను. ముందుగా ఇంద్రునితో ఓయీ ఇంద్రా! నీవు ఇచటనే విశ్వకర్మ వ్రతము ఆచరింప ప్రతిజ్ఞ బూనుము. వెంటనే సద్భక్తితో వ్రతము ఆచరింపుము. విశ్వరూపాచార్యుడి మాటవిని

ఇంద్రుడు ఉత్సాహము గలవాడై వెంటనే విశ్వకర్మ భగవానుని నమస్కరించి వ్రతము ఆచరింప ప్రతిజ్ఞ చేసి ఆ విశ్వరూపునితో దేవతలతో కూడి స్వర్గమునకు పోయెను. అంతట ఇంద్రుడు నిష్టతో విశ్వకర్మ వ్రతము చేయగా విశ్వరూపుడు పౌరోహిత్యమును నిర్వర్తించెను. విశ్వకర్మ వ్రత కథలను చక్కగా వివరించెను. ఇంద్రుడు దేవతలందరూ విశ్వకర్మ ప్రసాదమును భక్తితో స్వీకరించిరి. విశ్వకర్మ యొక్క అనుగ్రహము చేత ఇంద్రుడు దానవులను జయించి స్వర్గమును బహుకాలము న్యాయముగా పాలించెను.

నీతి

గురువులను ఎల్లప్పుడూ గౌరవించవలెను.

31. జరిగిన కథ

బ్రిటీష్ కాలంలో మధురై జిల్లాకి పీటర్ అనే వ్యక్తి కలెక్టర్‌గా ఉండే వారు. ఆయన ఆఫీస్‌కి ఇంటికి మధ్యలోనే మీనాక్షి అమ్మవారి దేవాలయం ఉండేది. పీటర్ ప్రతిదినం తన కార్యాలయానికి అమ్మవారి దేవాలయం ముందర నుండి తన గుఱ్ఱంమీద వెళ్లేవారు. అలా వెళుతున్న సమయంలో పీటర్ తన కాళ్లకున్న చెప్పులు తీసి గుర్రం దిగి నడచి వెళ్ళేవారు భక్తిగా.

ఒకసారి రాత్రి ఉరుములు మెరుపులతో పెద్ద గాలితో వర్షం కురుస్తోంది. పీటర్ తన ఇంట్లో పడుకుని ఉండగా పెద్ద శబ్దం వినిపించి ఉలిక్కిపడి లేవగానే, ఎదురుగా ఒక స్త్రీ వంటినిండా బంగారు ఆభరణాలతో నిలుచుని ఉంది. పీటర్, ఎవరమ్మా నువ్వు అని అడుగుతుండగానే ఆ స్త్రీ బయటకు వెళ్ళిపోతూ, రా రా అని పీటర్ ను బయటకు పిలిచి, కనీసం కాళ్లకు పాదరక్షలు కూడా లేకుండా ఆ జోరు వర్షంలోనే వడి వడిగా నడుస్తూ కొంతదూరంలో అదృశ్యమవడం, ఇంటి నుంచి బయటకు వచ్చిన పీటర్ గమనించి వెనుతిరిగిన మరుక్షణంలోనే, అతని నివాసం ఒక్కసారిగా కుప్పకూలిపోయింది. నిర్ఘాంత పోయిన పీటర్ కొద్దిసేపటికి తేరుకుని, ఆ అర్ధరాత్రి

వచ్చి, తనను బయటకు పిలిచి ఈ ఘోరాపద నుండి కాపాడినది, సాక్షాత్తు ఆ మధుర మీనాక్షి అమ్మవారే అని గ్రహించి చేతులెత్తి నమస్కరించినాడు.

కలెక్టర్ పీటర్ ఆ మరునాడు భక్తితో ఆలయానికి వెళ్లి అర్చకులను సంప్రదించి, రాత్రి జరిగిన ఆ ఉదంతాన్ని వారికి తెలియచేస్తూ, అయ్యా రాత్రి నాకు దర్శనమిచ్చిన మీనాక్షి అమ్మవారి కాళ్లకు పాదరక్షలు లేవని గమనించాను. నేను అమ్మవారికి బంగారు పాదరక్షలు బహుమతిగా ఇవ్వదలిచాను. మీరు అంగీకరించి నాకు ఈ అవకాశాన్ని ఇవ్వగలరు అని వారి అంగీకారంతో 412 రూబీస్, 72 ఎమిరాల్డ్స్, 80 డైమండ్స్‌తో వజ్ర వైడూర్య సహితమైన అత్యంత విలువైన స్వర్ణ పాదుకలను ఆ మధుర మీనాక్షి తల్లికి సమర్పించారు కలెక్టర్ పీటర్. ''పీటర్ పాదుకలుగా'' పిలువబడే ఆ పాదుకలను ఇప్పటికీ అమ్మవారి ఆలయంలో ప్రతి ఏటా జరిగే ''చిత్ర పండుగ'' సందర్భాన అమ్మవారి ఉత్సవమూర్తి పాదాలకు అలంకరించి ఊరేగింపు నిర్వహిస్తారు.

ఆనాడు సత్య తార్కాణంగా జరిగిన ఈ సన్నివేశం, అన్య మతస్థుడైనా, భగవంతునిపై ఆయనకున్న భక్తి విశ్వాసాలకు ప్రతీకగా నిలిచిపోయింది.

నీతి

భగవంతుని భక్తికి కుల, మత, ప్రాంత భేదాలు లేవు.

32. సార్వభౌముడు

వేదయుగమున భరత ఖండమున భువన మహర్షి పుత్రుడు లోకకళ్యాణార్థం కోసం మొట్టమొదటి సారి వేదపురానికి సార్వభౌముడైనాడు. ఈ సార్వభౌముడు ప్రతి సంవత్సరం కొన్ని రోజులు విద్వత్ సభను నిర్వహించేవాడు. అయిదవ సంవత్సరం సభ జరుగుతున్నప్పుడు మయ బ్రహ్మర్షి (ఈయన పంచ బ్రహ్మర్షులలోని మయబ్రహ్మ కాదు), ఒక ప్రశ్నను సంధించాడు. "ఈ విశ్వం ఎలా సృష్టించబడినది?", ఈ ప్రశ్నకు అక్కడ ఉన్న పండితులు, మహాఋషులు, శాస్త్రకోవిదులు ఎవరూ సమాధానం చెప్పలేకపోయారు.

ఈ విశ్వం ఎలా సృష్టించబడినది తెలుసుకోడానికి, ఈ సార్వభౌముడు రాజ్యం వదిలివెళ్లి కొన్ని సంవత్సరాలు తపస్సు చేసాడు. ఆ తపస్సు ఫలితంగా వారికి సృష్టికర్త విశ్వకర్మ ప్రత్యక్షమై ఈ సృష్టి రహస్యాన్ని, తానే ఈ విశ్వాన్ని సృష్టించానని తెలియజేసాడు.

విశ్వసృష్టి అనగా కాలం, ఎలక్ట్రాన్, ప్రోటాన్, న్యూట్రాన్, కేంద్రకం, విద్యుదయస్కాంత శక్తి, అనంత శక్తి, అంతరిక్షం, శూన్యం, పాలపుంతలు, కృష్ణబిలములు, సౌరమండలం, కాంతులు, అగ్నుడు, నక్షత్రాలు, గ్రహాలు,

గ్రహశకలాలు, ఉపగ్రహాలు, ధూళి, తోకచుక్కలు, గురుత్వాకర్షణ శక్తులు, అంతుచిక్కని పదార్థాలు, జీవులు, నిర్జీవులు, సమస్త దేవతలు, రాక్షసులు, మానవులు, పశుపక్ష్యాదులు, భూచర, ఖేచర, జలచరాలు, జననము, మరణము, ఆత్మ, ప్రాణము, మనసు, బుద్ధి, పంచభూతములు, అణువు, పరమాణువులు ఇంకా అంతుచిక్కనివి ఎన్నో ఎన్నెన్నో. కేవలం మనోసంకల్పంచేత విరాట్ విశ్వకర్మ పరమాత్మ సృష్టించాడు.

విశ్వసృష్టి విషయాన్ని తెలుసుకొన్న ఈ సార్వభౌముడు తిరిగి తన రాజ్యానికి వచ్చి పరబ్రహ్మ విశ్వకర్మ గురించి క్షుణ్ణంగా తెలియజేసాడు. ఈ సార్వభౌముని పేరేమి?

ఈ సార్వభౌముడు భౌవన విశ్వకర్మ. వీరు ప్రథమ గురువు. తర్వాతి కాలంలో శ్రీ అదిశంకరచార్యులు వారు, శ్రీ వీరబ్రహ్మేంద్ర స్వామి వారు గురువులైనారు. భౌవన

విశ్వకర్మకు పరబ్రహ్మ విశ్వకర్మ ప్రత్యక్షమైన రోజు - చైత్ర శుక్ల పంచమి, ఆ రోజే భౌవన విశ్వకర్మ పండుగను అందరు భారతీయులు జరుపుకుంటారు.

నీతి

తపోశక్తి అనంతమైనది.

33. నందీశ్వరుని శాపము

రావణబ్రహ్మ కొన్ని సంవత్సరాలు బ్రహ్మదేవుని గురించి తపస్సు చేసి అనేకమైన వరములను పొందెను. ఆ వరాల బలముచే మిక్కిలి గర్వము పొందెను. ఒక్కొక దిక్కుకు దిగ్విజయ యాత్రకు బయలుదేరెను.

ఆ దిగ్విజయ యాత్రలో దేవతలను, కిన్నెరలను, కింపురుషులను, మునులు మొదలగు వారిపై దండయాత్ర చేసి వారిని హింసించెను. సామాన్య జనులను కూడా పీడించెను. గ్రామములను, పట్టణములను, నగరములను అగ్నికి ఆహుతి చేసెను. తన అన్న అయిన కుబేరునితో యుద్ధమునకు బోయి కుబేరుడిని ఓడించి అతని పుష్పక విమానము తీసుకొనెను.

రావణబ్రహ్మ పుష్పక విమానము అధిరోహించి ఆకాశ మార్గమున ప్రయాణం చేయుచుండగా కొంత దూరం వెళ్లిన పిదప కదలక, మెదలక నిల్చిపోయెను. తనతో ఉన్న మారీచునితో ఇట్లా అడిగెను ''ఈ విమానం ఆగుటకు కారణం ఏమి?'' అందుకు బదులుగా మారీచుడు ''ఈ విమానం కుబేరుడిది కదా! కుబేరుని సారథ్యంలోనే ఇది

కదలగలదేమో!'' అని అనుమానం వ్యక్తపరిచెను. అది తప్ప వేరే కారణం ఏమి తోచుటలేదు.

రావణబ్రహ్మ, మారీచుడు మాట్లాడుకుంటున్న సమయంలో శివుని వాహనం అయిన నందీశ్వరుడు అక్కడికి వచ్చి రావణుని చూచి - ''రావణా! ఇది కైలాసగిరి. ఇక్కడికి శివుని అనుమతి లేకుండా బ్రహ్మాది దేవతలు కూడా రాలేరు కావున ఇక్కడి నుంచి వెనక్కి వెళ్ళిపొమ్ము'', అని గట్టిగా చెప్పెను.

దానికి రావణుడు నందీశ్వరుడిని చూసి ఈ కోతి ఎక్కడ నుంచి ఇక్కడికి వచ్చినది? దీని తలమీద కొమ్ములున్నవి ఏంటి? దీని మూతి మూరెడు పొడుగు ఉన్నది ఏంటి? అని పరిహాసంగా మారీచునితో చెప్పెను.

నందీశ్వరుడు కోపగించి ''ఓరి! దురాత్మా, నీవెంత? నీ పరాక్రమం ఎంత? నన్ను కోతి అని పరిహసించెదవా? ఆ కోతి వల్లనే సర్వనాశనం అగుదువుగాక'' అని

శపించెను. ఈ శాపం వలనే రావణబ్రహ్మ ఆంజనేయుని సహాయం వలన రాముడి చేతిలో మరణించెను. ఎవరినైనా పరిహసించుట మంచిది కాదు.

నీతి

అహంకారం వినాశనానికి దారి తీస్తుంది.

34. పుకారు

కొంతకాలం క్రితం సీతాపురంలో కోటేశ్వరరావు అనే వ్యాపారి బాగా సంపాదించి ధనవంతుడైనాడు. కాని, అతనికి ఒక చెడ్డ అలవాటు ఉండేది. తెగ అప్పులు చేసేవాడు. పెద్ద పెద్ద అధికారుల నుంచి కూలీల వరకు ఎవ్వరిని వదలకుండా అందరి దగ్గర రకరకాల కారణాలు చెప్పి డబ్బులు తీసుకునేవాడు. కాని తన దగ్గర డబ్బులు ఉన్నా అప్పు తీర్చేవాడు కాదు. ఎవరన్నా నిలదీసి అడిగితే మాయమాటలు చెప్పి తప్పించుకునేవాడు. అప్పు ఇచ్చినవారు అడిగి అడిగి విసుగువచ్చి వాళ్లే వదిలేసేవారు.

అచ్యుత ఆచార్య అనే స్వర్ణశిల్పి ఆ ఊరికి కొత్తగా వచ్చాడు. అతనికి వ్యాపారి కోటేశ్వరరావు గురించి ఏమీ తెలియదు. తెలియని అతడి దగ్గరకి కోటేశ్వరరావు వచ్చి అప్పు అడిగితే డబ్బులు ఇచ్చాడు. కాని ఎన్నిసార్లు అడిగిన తిరిగి చెల్లించలేదు. తాను కష్టపడి సంపాదించిన సొమ్ము పోగొట్టుకొనుట అచ్యుత ఆచార్యకు ఇష్టం లేదు. ఎలా అయినా అతనికి బుద్ధి చెప్పాలని అనుకున్నాడు. కొన్ని రోజులు గడిచాయి.

కోటేశ్వరరావు అందరి అప్పు తీర్చేసి, తీర్థయాత్రకు వెళ్తున్నట్లుగా ఒక పుకారు గుప్పుమన్నది. తెల్లవారి కోటేశ్వరరావు లేచి చూసేసరికి ఇంటి బయట అప్పు ఇచ్చిన వారంతా గుమిగూడి ఉన్నారు. కోటేశ్వరరావు గుండె ఆగినంత పని అయ్యింది. ఎంత

సర్దిచెప్పినా అప్పు ఇచ్చినవారు వినలేదు. చేసేది లేక అప్పటికి అప్పుడు అందరి బాకీ తీర్చాడు. అచ్యుత ఆచార్యకు కూడా డబ్బు తిరిగి ఇచ్చాడు. కోటేశ్వరరావు తాను ఎలాంటి తీర్థయాత్రకు వెళ్లడం లేదని ఎంత చెప్పినా ఎవరూ వినలేదు.

ఈ పుకారు సృష్టించినది అచ్యుత ఆచార్యనే, ఊరి చివరమూలలో ఆడుకుంటున్న చిన్న పిల్లలకి ఈ విషయం చెప్పి వారిచేత ప్రచారం చేయించాడు. అచ్యుత ఆచార్య ఊరికి కొత్తగా రావటం వలన ఆయన ఎవరో వారికి తెలియదు. అచ్యుత ఆచార్యకు తప్ప ఈ విషయం ప్రచారానికి తానే కారణం అనేది వేరేవారికి ఎవ్వరికి తెలియదు. కోటేశ్వరరావు ఆ ఊరు వదిలి ఎప్పుడు పోతాడో తెలియక, అప్పటి నుండి ఎవ్వరు కూడా కోటేశ్వరరావుకి అప్పు ఇవ్వలేదు.

నీతి

బుద్ధిబలంతో విజయాన్ని సాధించగలం.

35. గుణపాఠం

ఒక గ్రామంలో దీక్షితులు, సుదర్శన ఆచార్య అనే ఇద్దరు మిత్రులు ఉండేవారు. దీక్షితులు- పౌరోహిత్యం చేసేవాడు మరియు పూజ సామాగ్రి దుకాణాన్ని నడుపుతూ ఉండేవాడు. దీక్షితులు సహజంగా మంచివాడైనా, కొన్ని లోభి లక్షణాలు మరియు కొన్ని కపట లక్షణాలు ఉండేవి. సుదర్శన ఆచార్య- స్వర్ణ శిల్పి, తాను బంగారు పని చేసుకొని జీవనం గడిపేవాడు.

సుదర్శన ఆచార్య కుటుంబసభ్యులు మాట్లాడుకొని పట్టణానికి వెళ్ళి బంగారు పనితో కొంత సంపాదించుకొని తిరిగి తమ ఊరికి వచ్చి జీవనం సాగిద్దాం అని నిర్ణయించుకున్నారు. స్వర్ణశిల్పి దగ్గర కొన్ని బంగారు కడ్డీలు ఉన్నాయి. అవి తరతరాలుగా వంశపారంపర్యంగా వచ్చినవి. వాటిని పట్టణంలో భద్రపరచడం కష్టతరం అవుతుందని ఆలోచించి, తన మిత్రుడైన దీక్షితులు దగ్గర ఉంచుదామని నిర్ణయించుకున్నాడు.

ఒకరోజు సుదర్శన ఆచార్య తన మిత్రుడైన దీక్షితులు దగ్గరకు వెళ్ళి, ఇక్కడ మాకు సంపాదన అంత బాగాలేదు. పట్టణం వెళ్లి సంపాదించు కుందామని నిర్ణయించుకున్నాము. కొంతకాలం పట్టణంలో ఉండి సంపాదించుకొని తిరిగి మన

ఊరికి వస్తాము, నాకు నీవు ఒక సహాయం చేయాలి. నా దగ్గర ఉన్న ఈ బంగారు కడ్డీలు నీకు ఇస్తున్నాను, నేను తిరిగి వచ్చి తీసుకుంటాను. అంతవరకు నా స్నేహితునిగా వీటిని భద్రపరచుమని కోరుకుంటున్నాను.

అందులకు దీక్షితులు సంతోషించి, తన మిత్రుడైన ఆచార్యుని కౌగలించుకొని, నా కంటికి రెప్పలా భద్రపరుస్తాను నీవు నిశ్చింతగా వెళ్ళి మంచి సంపాదనతో తిరిగిరా అని ఆశీర్వదించాడు.

ఒక మంచి ముహూర్తంలో సుదర్శన ఆచార్య పట్టణానికి బయలుదేరాడు. పట్టణంలో ఒక ఇల్లు అద్దెకు తీసుకొని ఆ ఇంటి మొదటి గదిలో తన స్వర్ణ శిల్పి కార్యక్రమాలు చేయటం మొదలుపెట్టాడు. సుదర్శన ఆచార్య చాలా నిజాయితిపరుడు. ఒప్పుకున్న సమయానికి నగలు అందించేవాడు, నాణ్యతలో ఏ మాత్రం తగ్గేవాడు కాదు. ముగ్గురు కార్మికులను కూడా అతని దగ్గర చేర్చుకొని నగలను అనుకున్న సమయానికి అందించేవాడు. సంపాదన పెరగడం మొదలు పెట్టింది. కాలగర్భంలో 5 సంవత్సరాలు గడిచిపోయాయి, తాను తన కుటుంబంతోపాటు తిరిగి తన ఊరికి బయలుదేరారు.

ఒకరోజు తన మిత్రుడైన దీక్షితులు దగ్గరకు వెళ్లి తన బంగారు కడ్డీల గూర్చి అడిగాడు. దీక్షితులు దానికి సమాధానంగా ఏడవటం మొదలుపెట్టాడు. "మిత్రమా! ఎందుకు ఏడుస్తున్నావు? ఏమైనది," అని అడిగాడు ఆచార్య. "నీకు ఏమి చెప్పను మిత్రమా! మా ఇంట్లో ఎలుకలు ఎక్కువగా ఉన్నాయి. నీ బంగారు కడ్డీలను ఎలుకలు మొత్తం ఒక్క ముక్క మిగల్చకుండా తినేసాయి," అని చెప్పాడు.

సుదర్శన ఆచార్య మిత్రుని కపటాన్ని గుర్తించి. మిత్రుని మాటలు నమ్మినట్లు నటించి, "నీవు ఏమి చేయగలవు మిత్రమా! నా కర్మ అలా రాసిపెట్టింది, మా

పూర్వీకులు ఇచ్చిన బంగారు కడ్డీలు ఎలుకల పాలిట పడ్డాయి. నీవేమి బాధపడకు నేను ఎలాగైనా తిరిగి సంపాదించుకుంటాలే," అని అన్నాడు.

సుదర్శన ఆచార్య ఎవరికి తెలియకుండా, ఆ ఊరి గ్రామాధికారిని కలిసాడు, విషయాన్ని క్షుణ్ణంగా చెప్పాడు. సుదర్శన ఆచార్య, గ్రామాధికారి కలసి ఒక పథకం ఆలోచించారు.

నెలరోజులు గడిచిన పిదప, సుదర్శన ఆచార్య ఒక సాయంకాల సమయం తన మిత్రుడు ఇంటికి వచ్చాడు. "దీక్షితులు! నేను ఇలా కాలువ గట్టుకు వెళ్తున్నాను, మీ అబ్బాయిని కాస్త తోడుగా పంపిస్తావా," అని అడిగాడు. "అదేం భాగ్యం మిత్రమా అలానే మావాడిని తీసుకెళ్ళు, ఇద్దరు అలా కాలువ గట్టుకు వెళ్ళండి, కాస్త ప్రశాంతంగా ఉంటుంది."

ఒక గంట గడిచిన తరువాత సుదర్శన ఆచార్య ఒక్కడే తిరిగి వచ్చాడు. దీక్షితులు తన కొడుకుని గూర్చి అడిగాడు. దానికి సుదర్శన ఆచార్య "కంటనీరు పెట్టుకున్నాడు.

ఏమి చెప్పను మిత్రమా! మేమిద్దరం కాలువ గట్టున నడుస్తూ ఉంటే, మీ అబ్బాయిని ఒక పెద్ద గ్రద్ద వచ్చి తీసుకొని పోయింది. దాని వెంట పరిగెత్తాను కాని లాభం లేకుండా పోయింది,'' అని అన్నాడు.

దీక్షితులు కోపించి ''ఏమిటీ! మా అబ్బాయిని గ్రద్ద తీసుకుపోయిందా! ఎంత అవాస్తవం చెప్పుతున్నావు. ఇప్పుడే గ్రామాధికారి దగ్గరకు వెళ్దాంపద, అక్కడ నీ బండారం బైటపెడతాను.'' అందుకు సుదర్శన ఆచార్య ''సరే మిత్రమా వెళ్దాంపదా'' అని, ఇద్దరు గ్రామాధికారి దగ్గరకి వెళ్ళారు.

గ్రామాధికారి దగ్గర ఇరువురు తమ వాదనలు వినిపించారు. అందుకు గ్రామాధికారి బంగారు కడ్డీలను ఎలుకలు తిన్నప్పుడు, పిల్లవాడిని గ్రద్ద తన్నుకుపోవడంలో వింత ఏముంది. రెండు విషయాలు సబబుగానే ఉన్నాయి,'' అని తీర్పునిచ్చాడు. తీర్పు విన్న వెంటనే దీక్షితులు తన ఇంటికి వెళ్ళి బంగారు కడ్డీలు తీసుకొని వచ్చి గ్రామాధికారికి ఇచ్చాడు. గ్రామాధికారి, తన ఇంట్లో దాచిన దీక్షితుల కుమారుడిని బయటకి తీసుకువచ్చి దీక్షితులకు అప్పజెప్పాడు, బంగారు కడ్డీలు సుదర్శన ఆచార్యునికి అప్పజెప్పాడు. దీక్షితులు తను చేసిన తప్పుకు గుణపాఠం నేర్చుకున్నాడు.

నీతి

స్నేహితులను ఎప్పుడూ మోసం చేయవద్దు.

ప్రాచుర్యానికి నోచుకోని వేద అంశాలు

1) ప్రథమ హిందూ ధర్మ వేద వాఙ్మయ గ్రంథం- ఋగ్వేదం.

2) భారతీయ కాలమాన ప్రకారం శ్రీ విరాట్ విశ్వకర్మ ఈ విశ్వాన్ని సృష్టించి 195 కోట్ల, 58 లక్షల సంవత్సరాలు దాటింది.

3) విశ్వకర్మ పరమేశ్వరుడు గర్భస్థ బాల హనుమకు తల్లి గర్భంలోనే స్వర్ణ కౌపీనం, స్వర్ణ యజ్ఞోపవీతము సృష్టించి ఉపనయనం చేసాడు.

4) నీటి కింద ఉన్న భూమిని శ్రీ విరాట్ విశ్వకర్మనే వరాహస్వామి అవతారం ఎత్తి ఉద్ధరించి, విస్తరించి, ప్రాణాధారమగు పృథ్విని చేసెను.

5) యుద్ధభూమిలోపడి ఉన్న శిరస్సులేని విష్ణుమూర్తి మొండెమును శ్రీ విరాట్ విశ్వకర్మ చూసి గంధర్వుని అశ్వశిరస్సును తెచ్చి మొండెముకు అతికించి విష్ణువుని హయగ్రీవునిగా పునర్జీవితుని చేసెను.

6) గాయత్రి మంత్ర అధిష్టాన దేవత - శ్రీ విరాట్ విశ్వకర్మనే

7) ''త్రయంబకం యజామహే సుగంధిం పుష్టివర్ధనం ।

ఊర్వారుకమివ బంధనాత్ మృత్యో ముక్షియమామృతాత్ ॥''

అనే మంత్రము శ్రీ విరాట్ విశ్వకర్మకు సంబంధించినదే

8) తిరుమలలో ప్రప్రథమంగా మనం దర్శించుకొనే వరాహస్వామి శ్రీ విరాట్ విశ్వకర్మ అవతారమే.

9) వాచస్పతి - శ్రీ విరాట్ విశ్వకర్మనే

10) శ్రీ విరాట్ విశ్వకర్మనే 33 కోట్ల (సమూహం) దేవతలను సృష్టించెను.

11) మనము ఉగాది రోజున పూజించవలసిన పరమాత్మ `శ్రీ విరాట్ విశ్వకర్మనే

12) వేదంలో చెప్పిన తొలిదైవం-పరమాత్మ శ్రీ విరాట్ విశ్వకర్మ భగవానుడే

చిట్టికథలు అనే పుస్తకము రచించటానికి ముఖ్య ఉద్దేశ్యాలు

1) పిల్లలలో, చదువుకునే విద్యార్థుల్లో నీతి, నిజాయితీ, ధర్మం, న్యాయం, మంచి ప్రవర్తన, మంచి అలవాట్లు, చదువు మీద శ్రద్ధ, తన సహ విద్యార్థులతో, స్నేహితులతో ఎలా ప్రవర్తించాలి, గురువులను, తల్లిదండ్రులను ఎలా గౌరవించాలి అనే విషయాలు తెలియజేయడం.

2) తెలుగు భాష మీద పట్టు సంపాదించటం.

3) పుస్తక పఠనం మీద ఆసక్తిని పెంపొందించడం.

4) ఆంగ్లభాష విద్యాబోధనగా ఉన్నా, మన మాతృభాష అయిన తెలుగుభాష మీద దుష్ప్రభావం పడకుండా చేయటం.

5) చక్కని తెలుగు భాష మాట్లాడటానికి నైపుణ్యం పెంపొందించటం.

6) చాలా మందికి తెలియని పౌరాణిక, వేద విషయాలను తెలియజేయటం.

7) వేదాలు, వేదాలలోని పరమాత్మ గురించి కొన్ని ముఖ్య విషయాలు తెలియజేయటం.

ఇవే ఈ కథల రచనకు ముఖ్య ఉద్దేశ్యాలు

ఈ కథలను పాఠశాల విరామ సమయంలో మరియు సెలవు దినాలలో మీ పిల్లల చేత చదివించండి లేక తల్లిదండ్రులు చదివి పిల్లలకు చెప్పండి.

చోడా సాంబశివరావు

రచయిత

చిట్టికథలు

www.ingramcontent.com/pod-product-compliance
Lightning Source LLC
LaVergne TN
LVHW032106041026
849518LV00010B/3021
* 9 7 8 8 1 9 8 7 1 0 8 7 1 *